மஹாகவியின்

ஆறு காவியங்கள்

பதிப்பு

எம்.ஏ.நுஃமான்

அடையாளம்

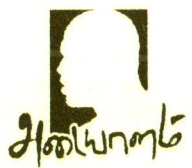

முதல் பதிப்பு 2008
இரண்டாவது மீளச்சு 2020
© சோழன் உருத்திரமூர்த்தி
வெளியீடு: அடையாளம், 1205/1 கருப்பூர் சாலை, புத்தாநத்தம் 621310,
திருச்சி மாவட்டம், இந்தியா, தொலைபேசி: 04332 273444
நூல் வடிவம்: த பாபிரஸ், அச்சாக்கம்: அடையாளம் பிரஸ், இந்தியா
ISBN 978 81 7720 093 5
விலை: ₹ 220

Mahakaviyin Aaru Kaaviyankal, Mahakavi's Poetry Collection in Tamil, Edited by M.A. Nuhman, Published by Adaiyaalam, 1205/1 Karupur Salai, Puthanatham 621310, Thiruchi District, India, email: info@adaiyaalam.net

மஹாகவியின் கவிதைகளைத்
தன்கோட்டுச் சித்திரங்களால் அலங்கரித்த
'சௌ'வின் அழியா நினைவுகளுக்கு
இந்நூல் சமர்ப்பணம்

உள்ளடக்கம்

பதிப்புரை 7
1. கல்லழகி 11
2. சடங்கு 25
3. ஒரு சாதாரண மனிதனது சரித்திரம் 57
4. கண்மணியாள் காதை 91
5. கந்தப்ப சபதம் 133
6. தகனம் 165
7. பின்னிணைப்புகள்:
   I கலட்டியும் கண்மணியாள் காதையும் 195
   II வில்லுப்பாட்டு 217
   III தகனம் பற்றி... 219
   IV தகனம் - துணைக்குறிப்புகள் 225
   V நவீன தமிழ்க் காவியங்கள் 229
   VI மஹாகவியின் காவியங்கள் பிரசுர விபரம் 239

பதிப்புரை

மஹாகவியின் (1927-1971) பெரும்பாலான ஆக்கங்கள் அவை எழுதப் பட்ட காலத்திலேயே பத்திரிகைகளில் பிரசுரம் பெற்றன. ஆயினும், அவர் உயிர் வாழ்ந்த காலத்தில் அவரது நான்கு நூல்களே வெளிவந்தன. வள்ளி (1955), குறும்பா (1966), கண்மணியாள் காதை (1968), கோடை (1970) என்பன அவை.

1971 ஜூன் மாதம் மஹாகவி காலமானார். அதைத் தொடர்ந்து அவரது எழுத்துகள் அனைத்தையும் நூலுருவாக்க வேண்டும் என்று மஹாகவியின் நண்பர்கள் சிலர் சேர்ந்து செயற்பட்டோம். மஹாகவி நூல் வெளியீட்டுக் குழு ஒன்றை அமைத்தோம். காலஞ்சென்ற நண்பர் வி. சிங்கார வேலன், சண்முகம் சிவலிங்கம், மயிலங் கூடலூர் பி. நடராசன் முதலிய சிலர் என்னுடன் ஒத்துழைத்தனர். அதன் பயனாக மஹாகவியின் 'ஒரு சாதாரண மனிதனது சரித்திரம்' என்ற காவியத்தை 1971 டிசம்பரில் எம்மால் வெளியிட முடிந்தது. எனினும், மஹாகவி நூல் வெளியீட்டுக் குழு தொடர்ந்து செயற்பட முடியவில்லை. ஆயினும், மஹாகவியின் இரண்டாவது நினைவு தினத்தை முன்னிட்டு, 1973 ஜூனில் 'வீடும் வெளியும்' என்ற கவிதைத் தொகுதியை வாசகர் சங்கத்தின் மூலம் நான் வெளியிட்டேன். அப்போது தில்லிப் பல்கலைக் கழகத்தில் பணியாற்றிக் கொண்டிருந்த டாக்டர் சாலை இளந்திரையன் மஹாகவியின் நூல் ஒன்றை இந்தியாவில் வெளியிடப் பெரிதும் விரும்பினார். மஹாகவி தமிழகத்தில் பரவலாக அறியப்பட வேண்டும் என்ற ஆர்வத்தில் மஹாகவியின் 'சடங்கு', 'கந்தப்ப சபதம்' ஆகிய இரு காவியங்களையும் இளந்திரையன் மூலம் வெளியிட ஏற்பாடு செய்தேன். 1974 ஜூலையில் பாரி நிலையத்தின் மூலம் 'மஹாகவியின் இரு காவியங்கள்' என்ற பெயரில் சாலை இளந்திரையன் இவற்றை வெளியிட்டார். அதன் பின்னர் சுமார் பத்தாண்டு காலம் மஹாகவியின் நூல்கள் எவற்றையும் வெளிக் கொண்டுவர முடியவில்லை.

1980களில் ஈழத்துத் தமிழ் எழுத்துகளைத் தமிழகத்தில் அறிமுகப் படுத்துவதில் பேரார்வம் கொண்டு உழைத்த நண்பர் பத்மநாப ஐயரின் முயற்சியினால் மஹாகவியின் 50 கவிதைகளைத் தொகுத்து ஒரு நீண்ட முன்னுரையுடன் 'மஹாகவி கவிதைகள்' என்ற பெயரில் 1984இல் அன்னம் வெளியீடாகக் கொண்டு வந்தேன். 1979இல் யாழ். பல்கலைக் கழகத் தமிழ் இலக்கிய மன்றம் வெளியிட்ட 'ஆறு நாடகங்கள்' நூலில்

மஹாகவியின் 'புதியதொரு வீடும்' இடம் பெற்றிருந்தது. அந்நூல் அச்சாகிய போது வெளியீட்டாளரின் அனுமதியுடன் 'புதியதொரு வீடு' நாடகத்தில் மேலதிகமாக முந்நூறு பிரதிகள் புறப்பிரதிகளாக அச்சிட்டு வைத்திருந்தேன். சுமார் பத்தாண்டுகளின் பின் 1989இல் அவற்றை ஒரு சிறு முன்னுரையுடன் தனி நூலாக வெளியிட்டேன்.

மஹாகவி மறைந்து 37 ஆண்டுகள் ஆகிவிட்டன. இந்த நீண்ட காலப்பகுதியில், நீண்ட இடைவெளிகளில் அவரது சில நூல்களையே வெளிக்கொண்டுவர முடிந்தது என்பது மனநிறைவு தரும் விடயம் அல்ல. நூல் உருப்பெற வேண்டிய மஹாகவியின் படைப்புகள் இன்னும் பல உள்ளன. இதுவரை வெளிவந்த நூல்கள் எவையும் இப்போது கிடைப்பதும் இல்லை.

மஹாகவி தன் எழுத்துகளில் அதிக கவனம் உடையவர். பத்திரிகை, சஞ்சிகைகளில் வெளிவந்த தன் படைப்புகள், தன்னைப் பற்றி வெளி வந்த எழுத்துகள் எல்லாவற்றையும் பெரும்பாலும் ஒன்று விடாமல் சேகரித்து வைத்திருந்தார். குருட்டுத் தனமாகத் தொடரும் யுத்தம், அவருடைய அளவெட்டி வீட்டில் வைத்திருந்த அவற்றில் பெரும் பகுதியை அள்ளிச் சென்றுவிட்டது. அவற்றை மீண்டும் கேசரித்து எடுப்பது அவ்வளவு இலகுவான கருமம் அல்ல.

மஹாகவி வேறு சில புனை பெயர்களிலும் எழுதியவர். இது தெரியாததனால் இவருடைய கவிதையைப் பிறருடைய கவிதையாகச் சிலர் மயங்கவும் நேர்ந்துள்ளது. 1954 அளவில் கவிஞர் சில்லையூர் செல்வராசன் வீரகேசரியில் பெண்கள் பகுதியொன்றை நடத்திய வேளை 'பெண்ணுக்கு வீடு சிறையா' என்ற தலைப்பில் மஹாகவி அதில் ஒரு கவிதை எழுதினார். பெண்ணுக்கு வீடே உயர்ந்தது என்னும் பாரம்பரியக் கருத்தை வலியுறுத்தும் கவிதை அது. அதற்கு மறுப்புக் கவிதை ஏதும் வரும் என்று தான் எதிர் பார்த்ததாகவும், ஒருவரும் எழுதாததால் மஹாலக்ஷ்மி என்ற புனைபெயரில் தானே அதற்கு ஒரு மறுப்புக் கவிதை எழுதியதாகவும் மஹாகவி என்னிடம் சொல்லி இருக்கிறார். 'ஐயா மஹாகவி' என்ற தலைப்பிலான அக்கவிதை அவரது கவிதை நறுக்குப் புத்தகத்தில் ஒட்டப்பட்டிருந்தமை பற்றிக் கேட்ட போதே அவர் இதனைக் கூறினார். ஆயினும், சமீபத்தில் சில்லையூர் செல்வராசன் கவிதைகளைத் தொகுத்து வெளியிட்ட கமலினி செல்வராசன் அக்கவிதையை அத்தொகுப்பில் சேர்த்ததோடு, மஹாகவி எழுதிய கவிதைக்கு மாற்றாக மஹாலக்ஷ்மி என்ற பெயரில் சில்லையூர் எழுதிய கவிதை என்று குறிப்பும் எழுதியுள்ளார். மறைந்த எழுத்தாளர்களின் படைப்புகள் சரியானபடி முறையாகப் பதிப்பிக்கப் படவேண்டும் என்பதை இத்தகைய தவறுகள் வலியுறுத்துகின்றன.

இத்தகைய பின்னணியில் மஹாகவியின் படைப்புகளை எல்லாம் முறையாகத் தொகுத்து ஐந்து அல்லது ஆறு தொகுதிகளாக வெளிக் கொண்டுவர வேண்டும் என்று சுமார் பத்து ஆண்டுகளுக்கு முன்னரே தீர்மானித்தேன். தேசிய கலை இலக்கியப் பேரவையைச் சேர்ந்த நண்பர் சோ. தேவராசா சவுத் ஏசியன் புக்ஸ் நிறுவனத்துடன் இணைந்து அவற்றை ஒவ்வொன்றாக வெளியிடுவதற்கு முன் வந்தார். இந்த உடன்பாட்டின் அடிப்படையில் முதல் தொகுதியாக மஹாகவியின் கோடை, புதியதொரு வீடு, முற்றிற்று ஆகிய மூன்று மேடைப் பாநாடகங் களையும் பதிப்பிக்கும் முயற்சியை மேற்கொண்டேன். அது ஏராளமான அச்சுப் பிழைகளுடன் ஜூன் 2000ஆம் ஆண்டில் வெளிவந்தது.

அடுத்து, அதே ஆண்டில் மஹாகவியின் காவியங்கள் அனைத்தை யும் ஒரு தனித் தொகுதியாகப் பதிப்பித்தேன். தேசிய கலை இலக்கியப் பேரவை அதனை வெளியிட்டது. கல்லழகி, சடங்கு, ஒரு சாதாரண மனிதனது சரித்திரம், கண்மணியாள் கதை, கந்தப்ப சபதம் ஆகியவை யும், மஹாகவியும் முருகையனும் இணைந்து எழுதிய தகனமும் இத்தொகுதியில் இடம் பெறுகின்றன. கல்லழகி, தகனம் இரண்டும் தவிர ஏனையவை தனித்தனி நூல்களாக ஏற்கனவே வெளிவந்தவை.

மஹாகவியின் காவியங்கள் அவரது கவிதைகளைப் போலவே தனித்துவமானவை; தற்புதுமை மிக்கவை. கல்லழகி, குயில்பாட்டின் சாயலைக் கொண்டிருப்பினும் மஹாகவியின் தனித்துவத்தை அதிலும் இணங்காண முடியும். நவீன தமிழ்க் கவிதை உலகுடன் நல்ல பரிச்சய முடைய யாரும் மஹாகவியின் இப்படைப்புகளில் காணப்படும் தனித் துவத்தையும் தற்புதுமையையும் இலகுவில் அடையாளம் கண்டு கொள்ள முடியும்.

இந்நூலில் ஆறு பின்னிணைப்புகள் இடம்பெறுகின்றன. இவை வாசகர்களுக்குப் பயனுடையவை எனக் கருதுகிறேன். பின்னிணைப்பு 1 மிகுந்த முக்கியத்துவம் உடையது. மஹாகவியின் 'கலட்டி', 'கண்மணியாள் காதை'யாக உருமாறிய முறைமையை அது விளக்கு கின்றது. விவேகியில் வெளிவந்த கலட்டி பிரதியை நீண்டகாலமாகப் பாதுகாத்து வந்தேன். இப்பின்னிணைப்பைத் தயாரிப்பதற்கு அது எனக்குப் பெரிதும் பயன்பட்டது.

பின்னிணைப்பு 3, 4இல் இடம்பெறும் 'தகனம்' பற்றிய முருகையனின் குறிப்புகள் அப்படைப்பைப் புரிந்துகொள்ள நமக்குப் பெரிதும் உதவுவன. 1960களின் தொடக்கத்தில் இலங்கையில் பலர் இணைந்து ஒரு படைப்பை உருவாக்கும் இத்தகைய பரிசோதனை முயற்சிகள் சில நிகழ்ந்தன. 'மத்தாப்பு' என்ற குறுநாவலை எஸ்.பொன்னுத்துரை, கனக செந்தில்நாதன் முதலிய ஐவர் சேர்ந்து எழுதினர். தகனம் இத்தகைய

ஒரு பரிசோதனை முயற்சியே. மஹாகவி, முருகையன் ஆகிய இரு ஆற்றல் வாய்ந்த கவிஞர்களின் ஆளுமைகளின் சங்கமமாக இது அமைந்துள்ளது.

இலக்கிய மாணவர்களுக்குப் பயன்படும் என்று கருதி, சுமார் முப்பது ஆண்டுகளுக்குமுன் நவீன தமிழ்க் காவியங்கள் பற்றி நான் எழுதிய கட்டுரை ஒன்று பின்னிணைப்பு 5இல் தரப்பட்டுள்ளது.

இத்தொகுப்பை வெளியிடப் பலரும் பலவகையில் ஒத்துழைப்பு வழங்கினர். *தேனருவி* இதழ்களில் வெளிவந்த தகனம் பிரதியை நண்பர் ஏ.இக்பால் அனுப்பி உதவினார். முருகையன் அதன் பிழை நீக்கிய கையெழுத்துப் பிரதியைக் கேட்டவுடன் அனுப்பி வைத்தார். மஹாகவி குடும்பத்தினர் தங்களிடம் இருந்த பத்திரிகை நறுக்குகளைத் தந்து உதவினர். நண்பர் சோ. தேவராஜாவும் பேராசிரியர் சி. சிவசேகரமும் இலங்கையில் இந்நூலை வெளியிடுவதில் அதிக ஆர்வமும் அக்கறையும் காட்டினர். இப்போது இந்நூலின் முதலாவது இந்தியப் பதிப்பை நண்பர் 'அடையாளம்' சாதிக் வெளியிடுகிறார். மஹாகவியின் எல்லா நூல்களையும் வெளியிடவும் இவர் முன் வந்துள்ளார். இவர்கள் எல்லோருக்கும் எனது நன்றிகள்.

எம்.ஏ. நுஃமான்

தமிழ்த்துறை
பேராதனைப் பல்கலைக்கழகம்
இலங்கை.

கல்லழகி

വിദ്യാരംഭം

1

ஆலமரங்கள் அருகே வளர்ந்திருக்கும்
சாலையினை விட்டுத் திரும்பினேன், சத்தமிடும்
ஓலைப் பனங்காட்டின் ஒற்றையடிப் பாதையிலே.

நள்ளிரவு நேரம், 'நருக்' கென்று தைத்துவிடும்
முள்ளிருந்து காலில்; முறிந்த பழந்தூண்கள்
உள்ள இடம் உளதே ஊருக்குத் தூரத்தில்,
அங்கேதான் சென்றேன். அரசிருந்த மாளிகையில்
புங்கும் புளியும் புதரும் வளர்கையிலே
சிங்கா சனமா கிடைக்கும், சிறிதிருந்து
சிந்திக்கச் சென்ற எனக்கு? சிரம்கீழாய்
முந்தி அங்கே வந்து தொங்கி மோனத் தவம்புரிந்த
அந்தப் பறவைஎழுந் தப்பாற் பறந்திடவும்,
உட்கார்ந்து கொண்டேன் ஒருகல்லின் மீதினிலே.

நட்போ டிருள்சூழ்ந்து நாற்புறமும் காத்திட, வாய்
விட்டோர் புதுப்பா விளம்பத் துணிந்தேன் நான்.

ஓசையிலும் இன்பம் உளதன்றோ! நம்மவர்கள்
பேசத் தெரிந்தும் பெருங்குரலைக் கையாளக்
கூசுகிறார், ஏனோ? குசுகுசுப்போ நாகரிகம்!

தோட்டத்தி னின்றும் தொலைவில் இருக்கின்ற
வீட்டுக்குக் கேட்(டு) ஆள் விரைவதற்காய் மற்றவன் கூக்
காட்டும் குரலில் கவர்ச்சி மிக உண்டே

ஆனாலும் அந்த அருங்குரலின் பேரொலியைத்
தானே இடுதல் தனித்தபெரும் இன்பமன்றோ!
ஈனம் இதில் எங்கே? இறக்குமதி செய்துள்ள
பெட்டிகளின் பக்கம் பிரியா திருந்தவைகள்
கொட்டும் ஒலிகாதில் பட்டுவந்தால் போதுவதோ?
மெட்டுகளின் மேம்பாடும் தாம்பாடார் யார் காண்பார்?

இவ்வளவு சொற்கள் எதற்கு? - புறம் போன
வௌவால் மறுபடியும் வந்தது; நான் பாடியது
செவ்வியதே போலும்! செருக்கோடு நான் தொடர்ந்தேன்.

அப்போது வந்தாள் அருகிலே அவ்வனிதை.
கப்பொன்றிற் சாய்ந்து கவனத்தை என்பாட்டில்
ஒப்படைத்து நின்றாள்! ஒருகணம் நான் மூச்சிழந்து,
கீறலே பட்ட கிராமப்போன் தட்டைப்போல்
கூறியதே கூறிக் குலைவுற்றேன்; வந்த அவள்
வேறு மொழியாளே போலும், இதழ் வெடித்துப்
புன்னகைத்தென் நெஞ்சத்தைப் புண்படுத்திப் போடாமல்
இன்னும் தன் எண்ணம்இழந்திருந்தாள் பாட்டினிலே!

கன்னங் கரியதவள் கட்டழகு; கற் செதுக்கிச்
செய்தது போல் தோற்றம்; செயலழிக்கும் நீண்டவிழி;
கொய்தென் திறனைக் கொடுசெல்லும் செய்யுள் நடை;
கையின் அசைவோ கருத்தின் சிதைவுக்குக்
காரணமாம்; அந்தக் கவிதை சிரித்தாளேல்,
ஊர் சுருண்டேன் வீழா தவள்காலில்? உண்மையிலே
தேர் இரண்டு போலத் திரண்டிருந்த கொங்கைகள் –
எல்லாம் எழுத்தில் எடுத்துரைக்கக் கூடுவதோ?
வல்லான் ஒருவன் வடித்த வடிவவளோ
நில்லா எழிலை நிலை நிறுத்தி; என்றயர்ந்தேன்.

பேச்சின்றி அவ்வழகுப் பேதைக் கருந்தெய்வம்
ஆச்சரிய நோக்கோ டயல்நிற்க, ஆசை தொட்டுக்
கூச்சலா யிற்றுக் குறையினிலே என்பாடல்!

சேலை அணிந்தொளியாச் சிற்றிடையைக் கையிரண்டும்
கோலி அணைத்தள்ளிக் கொண்டன; அவ் வேளையிலே
காலை கிளையில் கலகலத்துக் கேட்டிடவும்,
கல்லாய்ச் சமைந்தவள்தான் கப்போடு கப்பாகிப்
பொல்லாச் சிலையாகிப் போனாள்! உடல் முழுதும்
சில்லென் றுதறச் சரிந்தேன்; சிறியேனைக்
காகங்கள் கண்டு சிரிக்கக், கதிர்கண்டு
மேகங்கள் விண்டு விலக, வெயிலேற,
மோகத்தின் வேகம் முறிந்து மனையடைந்தேன்.

2

மீண்டும் மறுநாள் மிடுக்கோ டகத்திருந்தும்
தூண்டி விடும் காதல் துரத்த நடந்தேன், முட்
பூண்டு விலக்கிப் புதர் விலக்கி;நேற்றைய அக்
கல்மீ தினில் அவளைக் காத்திருந்தேன்; கப்பினிலே
இல்லை அவள் உருவம்! ஏக்கம் இடர்ப்படுத்தச்,
சொல் மீட்டிக் கொஞ்சம் சுவைக் கவிதை பாடுதற்காய்
எண்ணிக் குரலெடுத்தேன்; என்ன இது, எங்கிருந்திக்
'கிண்ணுக் கிண்' ணென்று கிளம்பு மொலி? சிற்றுளியே
பண்ணுகின்ற அந்தப் பழந்தமிழர் பண்ணென்று
பாட்டை நிறுத்திவிட்டுப் பார்த்தேன்; அரவமில்லை!

மீட்டும் தொடங்கிடிலோ மீண்டெனக்குத் தாளங்கள்
போட்டதவ் வோசை! பொறுமை இழக்கையிலே,
கொத்த எழும் நாதக் கூக்குரல் போல் அவ்வுளியின்
சத்தத்தின் பின்னால் சரேலென் றெனதுளத்தில்
ஈட்டி சொருக எழுந்ததுவே ஓர் அலறல்!

மேட்டுப் படிகளிலும் பள்ளத்தும் வீழ்ந்திருந்த
கோட்டை மதில்களிலும் கோடியிலும் முன்றிலிலும்
பாதி அறைகளிலும் பன்னூறு தூணிடையும்
காத லுளத்தின் கவலை கலைத்திட நான்
சேதி அறியாத் திகைப்போடு தேடிவந்தேன்.

வட்டக் கருநிலவு வாண் முகத்தாள், என்னுளத்தைப்
பிட்டுப்பிட் டின்பம் பெருக்கிடுவாட் கேதும் ஒன்றோ?
'பட்டுப் பட்' டென்று பறையடிக்கும் நெஞ்சுடனே
சுற்றி வந்தேன், சித்தம் சுழன்று சென்று கொண்டிருக்க.

நெற்றியிலே வேர்வை நிறைய வழிந்து வலி
முற்றும் அழிந்து முடுக்கொன்றில் கால் தடுக்கி

நீண்ட மரம்போல் நிலத்திலே வீழ்கையில்,என்
ஆண்டவனே, கண்ட அதனை எவ் வாறுரைப்பேன்!

தீண்டிடில் நூறாண்டு திகட்டா தினிக்க வல்ல
அந்தக் கரிய உடல் ஆரணங்கே மண்மீதில்
நொந்து புரண்டுடைந்து நோயிற் துடிப்பதையும்,
குந்தி அருகிருந்தோர் கூருளியே கைக்கொண்டத்
தெய்வத் திரு உருவின் தேன் வதைபோல் மார்பினிலே
பைய ஒருவன் அதைப் பாய்ச்சுவதும், பாவையோ
ஐயோ எனச் சோர்ந் தழுவதையும் கண்டேன் நான்.

அஞ்சி ஒடுங்கி அறமே கிடந்திடுதல்
கொஞ்சப் பொழுதே; கொடுமை முடிவு வரை
எஞ்சி நிலைத்தல் இயல்பில்லை என்பதெல்லாம்
வார்த்தை யன்றோ? தானே மடியும் கயமை எனப்
பார்த்திருந்தே னென்றால் என் பச்சை மயில்
அவ்வெறியன்
கூர்த்த உளி கிழிக்கக் கூறாகிப் போகாளோ?

மூண்ட சினம்தான் முடுக்கிவிட ஊர் சுற்றும்
ஆண்டிபோல் நின்ற அவனுதிரம் சிந்தியுடல்
கீண்டு விட நினைந்து கிட்டப்போய்க் கைகளினை
ஓங்கினேன்; ஆனால் ஒருவரையும் காணவில்லை!
தூங்கி விழுந்து விட்டேன்; தூறும்இள வெய்யில் பனி
வாங்கி எறித்து வளருங்கால் பட்டெழுந்து
வீட்டுக்குப் போக விழைந்தேன்; வெறுங் கப்பில்
கேட்டுக் கண் டுண்டோ உராய்ந்தோ உயிர்த்தறியாக்
காட்சி அளித்தெனது காரிகையின் பேரழகு
கல்லாய்க் கிடந்தது! ஓர் காக்கை அருகுவந்து
செல்லாயோ என்றொனக்குச் செப்பிடவும், ஆமென்று
மெல்ல நடந்தேன் ; போய்க் கட்டிலிலே வீழ்ந்து விட்டேன்.

3

மூன்றாம் நாள்; யாப்பு முறையற்று நெஞ்சினிலே
ஊன்றாத நோய்ஞ்சல் உரைநடைப் பாக்களினைப்
போன்றிருந்தேன் சோர்ந்து; பொழுது படக்கண்டு
ஆல்களின் சாலை அதைத் தாண்டி, வான்தாங்கக்
கோல்கள் கொடுத்ததுபோல் கொப்பின்றி எப்புறத்தும்
நீண்ட மரங்கள் நிறைந்த பனங் கூடலையும்
தாண்டினேன்; இன்பம் என்றும் தானாய் வருவதுண்டோ?
தோண்டி எடுக்கின்ற தொல்லைபெரி தானாலும்
சோரா துழைத்தால் அச் சொர்க்கம்
எம் கைக்குள் அன்றோ?

நேரே நடந்தேன். நெருங்கிய என் பாழடைந்த
கூரையிலா மண்டபங்கள், குட்டிச் சுவர்சூழ்ந்த
கூடமெலாம் தாண்டிக், குளம் கடந்து, விரைந்தென தோர்
ஆடையிலாப் பேடிருக்கும் அந்தப் புரமடைந்தேன்.
கல்மீதினில் அமர்ந்தேன்; கற்கண்டைத் துளாக்கிச்
சொல்லோடு கூட்டி நிலம் சொக்கி விழும்படிக்கு
வெல்லும் கவிதை விளைக்கத் தொடங்குகிறேன்.

ஓசையிலே இன்பம் உளதென்றால் உள்ளத்தின்
ஆசையினை, மாளா அரிய பொருளை, அதில்
பேசிடுங்கால் இன்பம் பெரிதாக மாட்டாதோ?
காதில் இனித்துக் கருத்தில் துளைத்திடும்பா
ஓதில் உரலும் உயிர்பெற் றுருளாதோ?

மீதிருந்த பாறை விறைப்பற் றிளகி மலர்
மெத்தையைப் போல மெதுமை அடைந்திடவும்,
அத்தர் கமழும் அருந்தென்றல் வீசிடவும்,
கத்தும் மணி நா கணீரென் றசைந்தங்கே

கேட்டிடவும், ஏதோ கிளுகிளுப்பு மேனியினை
ஆட்டிடவும் கண்டேன்; அதிசயத்தை என் சொல்வேன்!

கோட்டை இடிந்து குவிந்திருந்த கற்களிடை
மாடங்கள் தோன்றி மயக்குவதும், எங்கேயோ
ஆடும் குமரிகளின் அற்புதப் பொற் சதங்கை
பாடும் குரலும், பகட்டும் சர விளக்கும்,
எப்படித்தான் வந்த தென அறியேன்! இப்புறமும்
அப்புறமும் செல்லும் அரிவையரின் ஆழ்விழிக்குத்
தப்பி ஒளிந்திருந்தேன் தாளாத ஆவலுடன்.

சற்றுப் பொழுதினிலே சாளரங்கள் மூடுவதும்,
ஒற்றை விளக்குகள் விட் டொவ்வொன்றாய் மற்றவற்றை
ஒற்றி அணைத்தே ஒருத்தி அப்பால் செல்லுவதும்
கண்டேன்; வெளியில் கதவடைக்கும் பேரொலி கா
துண்டேன்; எதையும் உறக்கம் விழுங்கியதும்,
துண்டை விரித்துவிட்டுச் சாய்ந்தேன் நான் தூணொன்றில்

ஆழத் துயின்றிருந்த வேளை அமைதியினைப்
போழத் தொடங்கியதோர் பொன்னுளி! நேற்றோடிவிட்ட
பாழ் மண்டபத்துப் பயலோ பிறகும்? ஒளிக்
கண்ணும் வாராத கறுத்த நெடுங் கேசமுமாய்,
எண்ணம் புவியினை விட் டெங்கோ சுழல்வதுமாய்,
திண்ணிய கை, தோள்கள் திரண்டனவாய், ஆம், அவனே
குந்தி இருந்தொரு தூண் கொண்டிருந்த கற்சிலையின்
செந்தா மரை விழிமேற் சேர்த்தான் உளி; எழிலின்
அந்தமெனும் வண்ணம் அமைந்த விழியை உளி
தொட்டதுவும் என்ன தொழிற்பட்ட தோ, இமைகள்
வெட்டியன! ஆங்கே வெளிச்சம் துளும்பியது!
பெட்டை மான் போலப் பிறழ்ந்தன கண்! மெய்யே!இவ்
வற்புதத்தைச் செய்த அழியாப் பெரும் பெருமைச்
சிற்பியோ நெஞ்சிற் சிறைகிடந்த நீள் அவா
முற்றி மகிழ்சியினால் மூர்ச்சையுற்று வீழ்ந்துவிட்டான்.

காந்தம்போல் நோக்கில் கயல் புரளக் கற்பிறந்த
ஏந்திழை தூண் நின்றும் இறங்கி அடிபெயர்த்தாள்!
பின்னால் எழுந்தப் பிரமன் தொடர்கின்றான்;
என்னே உலகின் இயற்கை- பதுமையவள்
முன்னோடி நின்று, முகமெல்லாம் காதலெனும்

தீயின் சுடர்பறக்கத், தித்திக்கும் அன்புமொழி
வாயிற் பலப் பலவாய் வந்துதிர, நாக்குளறி,
நோய் தீர் என அவட்காய் நோன்பிருந்தான்; கல்லுளத்தாள்
ஆளை விலக்கி அகல்கின்றாள்! அன்போடு
தோளில் கரம்வைத்தான்; தூரநடந் தாள் அவள்தான்!

மூளை குழம்பி, முழுதும் இழந்தவன் போல்
சிந்தை உடைந்(து) ஆள் சிரித்தான். சிறுபொழுதில்
அந்தப் புரத்தில் அமளி! நிசியில் அங்கு
வந்து விடத்துணிந்த வாலிபனை மாமன்னன்
ஆனை இடறுக என் றாணையிட்டான்; அப்படியே
போனதவன் ஆவி; புலம்பினேன் நான். புட்கள்
ஏன் இனியும் தூக்கம் எனக் கேட்கக் கண்திறந்தேன்.

ஆகாயம் முற்றும் அருக்கனொளி வெண் சீனிப்
பாகாய் உருகி எட்டுப் பக்கமுமே பாய்கிறது;
போகா நினைவுப் பொதிசுமந்து வீட்டுக்குச்
சென்றேன்; அச் சிற்பிக்குக் கல்லழகி செய்ததுதான்
நன்றோ? அவள் ஏன் நமக்காய்ப் பிறந்தவளோ?
என்றதிகம் எண்ணி எனையே மறந்திருந்தேன்.

4

மற்ற நாள் மாலை; மறுபடியும் நான் நடந்தேன்.
குற்றம் இருந்துளத்தைக் குத்துதல் போல் அவ்வினிய
கற்கனிந்த மாதின்மேற் காதல் உலைத்திடவும்;
தைத்த முள்ளை நேற்றப்பால் தள்ளியெறி யாததனால்
தைத்ததின்றும்! மீண்டும் தடவி எடுத்துவிட்டு,
வைத்த அடியில் வலி யெடுத்தல் பாராது
சென்றமர்ந்தேன் என்றன் செதுக்காக் கருங்கல்லில்

ஒன்றும் தெளிவற் றுறுத்துகின்ற சிக்கலுக்
கின்று விளக்கம் எதுவும் கிடைத்திடுமோ?
கேசம் கழுத்துவரை கீழிறங்கிக் கண்டவர்கள்
கூசும் படி அழகு கொண்ட பெரும் சிற்பிக்குப்
பாசம் பதில்கொடுக்காப் பாறை உளம் கொண்டவளின்
அன்பெனது கைக்கெட்டல் ஆமோ? அவன்கண்ட
துன்பே எனையும் தொடருமோ? பல்லாண்டின்
முன்பு நிகழ்ந்த முழுக்கதையும் என்னவோ?
யாரந்த மன்னன்? வரலாற்றின் ஏட்டிலவன்
பேருண்டோ? இந்தப் பெரிய அரண்மனைதன்
சீரோடெக் காலம் திகழ்ந்தது? பின் வீழ்ந்தது தான்
எப்போ தெதற்கென் றெழுநூறு கேள்விகளை
ஒப்புவிக்கும் என் மனதை ஓடவிட்டுக் காலத்துக்
கப்பால் நுழைந்த அதனைத் தொடர்ந்தேன் நான்

தேக்கும் முதிரையும் எத் திக்கும் நிறைந்து வளர்ந்
தீக்கள் புகவும் இயலாத காடும், எழில்
ஆக்கும் திறத்தை அழைப்பதுபோல் அங்கங்கே
பாறைக் கருங்கல்லும் பார்த்தேன்! அங் கவ்வரசன்
கூறுகின்றான் இப்படித் தன் கூடநின்ற சிற்பியின்பால்;

வேறெப் பொருளும் விரும்பேன்; இதனைக்கேள்!
காட்டைத் தறித்துவிட்டுக் கற்கொண்டு கட்டுக ஓர்
கோட்டை; அதனுள் என் கோயில் ஒன்று! வாழ்வையினிப்

பாட்டும் கசக்கும் பணி மொழியார் சூழ நான்
இல்லம் இங் கேகொண் டிருக்க நினைத்துள்ளேன்;
கல்லிற் கவி கோடி கட்டுக நீ; காசென்றால்
அள்ளித் தருதற் கமைச்சொன் றமைத்துள்ளேன்!

கோயில் உயர்ந்ததுகாண்; கோபுரங்கள் வான் நிமிர்ந்த;
வாயில் அமைந்து, மதில்கள் பல ஓடி,
ஆய அரண்மனை ஒன் றக்கணமே ஆயிற்றே!
எல்லாம் முடிந்தும் இளஞ்சிற்பி அங்கே ஓர்
கல்லோ டுருகிக் கிடப்பதனைக் கண்டேன் நான்!
மெல்ல மெல்ல மேலும் அதை மேம்பா டுறுத்துதற்காய்,
உண்ண உறங்க மறந் துட்கார்ந்தே அச் சிலையின்
கண்ணில் உளி பொருத்தக் கண்டேன்; அடுத்த கணம்
உண்மையிலே அந்தச் சிலையின் சுடர் விழிகள்
மூடித் திறந்தன; பின் மூடியன; சிற்பிமுகம்
வாடிக் குவிந்(து) ஆள் குழந்தைபோல் நின்றழுதான்!

வேந்தன் மகிழ்ந்திவ் வியன்மா ளிகை வந்து
சேர்ந்தான்; நடந்தார்கள் சேவகர்கள் அங்குமிங்கும்;
தேன் தேன் எனும் வண்ணம் கேட்கும் சிரிப்பின் ஒலி

கற்பைப் பழிப்பதற்பாய்க் கட்டியுள்ள இப்புறத்தில்
சிற்பிக் கினியேது சேர வழி? பாவம், அவன்
சுற்றித் திரிகின்றான் சூழ்மதிலை! மன்னவனோ
போதையில் அக் கற் புலவன் பொன்னான கைபட்டுப்
பாதி உயிர் பெற்ற பாவையின் முன் போய் அதற்
கேதேதோ கூறி இறைஞ்சிக் கிடக்கின்றான்!

சாகாக் கவியாய் இச் சம்பவங்கள் சாற்றிவர,
ஆகா இதென்ன, அவளே எதிரினில் எத்
தாகத் துடனோ தளிர்வாய் திறந்தபடி
அத்தனையும் கேட்டிருந்தாள்! ஆழ உணர்ந்ததுபோல்
முத்திரண்டு கண்ணில் முகிழ்க்க, முகம் கூம்பிடவும்
கப்பி லிருந்திறங்கி வந்தெனது காலடியில்
எப்பொழுதுட் கார்ந்தாள்? எவர் அறிவார்? கண்டிருந்த
சொப்பனத்தால் என் நினைவோ சுந்தரிபாற் செல்லவில்லை!

ஆச்சரியம் என்வாய் அடைந்ததவள் முன்பில்லாக்
கூச்சத் தொடுகைகள் கூட்டி உடல் மூடுகிறாள்!
காற்சிலம்பு கூடக் கலீரென் றுயிர்த் தொலிக்கச்

சிற்பி செய்த அற்புதத்தைச் சிந்தித் துளம் நெகிழ்ந்தே
உற்றவளை நோக்கி உயிர் சிலிர்த்தேன்; ஐயையோ
பற்றாதிடையே தன் பாரம் சுமக்கவென
ஏக்கம் அடைகையிலே ஏன் இதயம் நிற்கிறது?
பார்க்க முடியாதென் பாழ்விழி ஏன் மூடுவன?
தீக்குள் விழுந்தது போல் ஏன் இத் திணறல்? எழில்
மார்பிரண்டின் மத்தியிலே மையல் தலைக்கேறி
ஆர் ஒருவன் இந்த அநியாயம் செய்துவிட்டான்?
தீர நினையாதென் சிங்காரி மேனியிலே
கல்லுளியைக் கொண்டவனோ காயம் பறித்துவிட்டான்!
எல்லையிலாத் துன்பிலெனை இட்டாள்! இதோ, அவளே
செல்லச் செழுந்தமிழிற் சேதியினைச் சொல்லுகிறாள்.

ஆமாம், அவள் தான்; அருங்கலையாய்க் கல்மலர்ந்த
பூமேனி, அன்பிருந்து பூட்டவிழ்த்த வாய்திறந்து,
தாமாக மெல் யாழின் தந்தி அதிர்ந்ததுபோல்
பேசுகிறாள்: என்னுடலைப் பெற்றெடுத்தே இன்னுயிரை
ஆசையுடன் ஈந்தார்; அசைவுடலில் ஆனதன்றி,
நேசம் பிறக்கவில்லை! நெஞ்சம் திறக்கவில்லை

உள்ளே எனக்கோர் உளியால் இது ஆமோ?
பள்ளம் என் மார்பிற் பறித்ததவர் ஆவி!என்
உள்ளக் கிணறிதனால் ஊறவில்லை. உங்கள் கவி
போய்ச் சேர்ந்த தெனது பொளியாத உட்புறத்தும்
பாய்ச்சிற் றுணர்வையென்றாள்;
பாடலுக்கு நன்றியென்றாள்;

வீச்சொன் றெறிந்தாள் விழியால்; இதயத்தில்
ஆழிப் புயல்போல், அணையா எரிமலைபோல்
ஊழிக் கடையொன் றுருவாகிப் பொங்கியதே;
ஏழைக் கவிஞன், எழுத்துச் சிலகோத்துக்
கேட்போர் இலாதே கிளத்துபவன், கல்லொடுகண்
வாட்போர் தொடுக்கும் வகை எங்ஙனம் அறிவேன்?
ஆட்கொள்ளும் ஆசைக் கடிமைப்பட் டோடிப்போய்க்
கட்டிப் பிடித்தவளின் கன்னக் குழி மீதில்
கெட்டியாய் அன்பைப் பதித்தேன்; கிறுகிறுத்துக்
கொண்டுண்டேன் கீழே குடம் உடைந்த தண்ணீர் போல்!

காக்கை அருகில் ஒன்று கத்தியது; நேற்றலர்ந்த
பூக்கள் பொசுக்கும் புலை வெய்யில் மேனியினைத்

தாக்கிற் றெழுந்தேன்; தடுமாறி நான் நடந்தேன்;
கூடற் பனையின் கொடி வழியில் ஆல் நிரையோ
டோடுகின்ற சாலையிலே ஓடி மனை அடைந்து
பாடத் தொடங்கினேன்! பார் என்னை மன்னிக்க.

1959

மஹாகவியின்
சங்கு

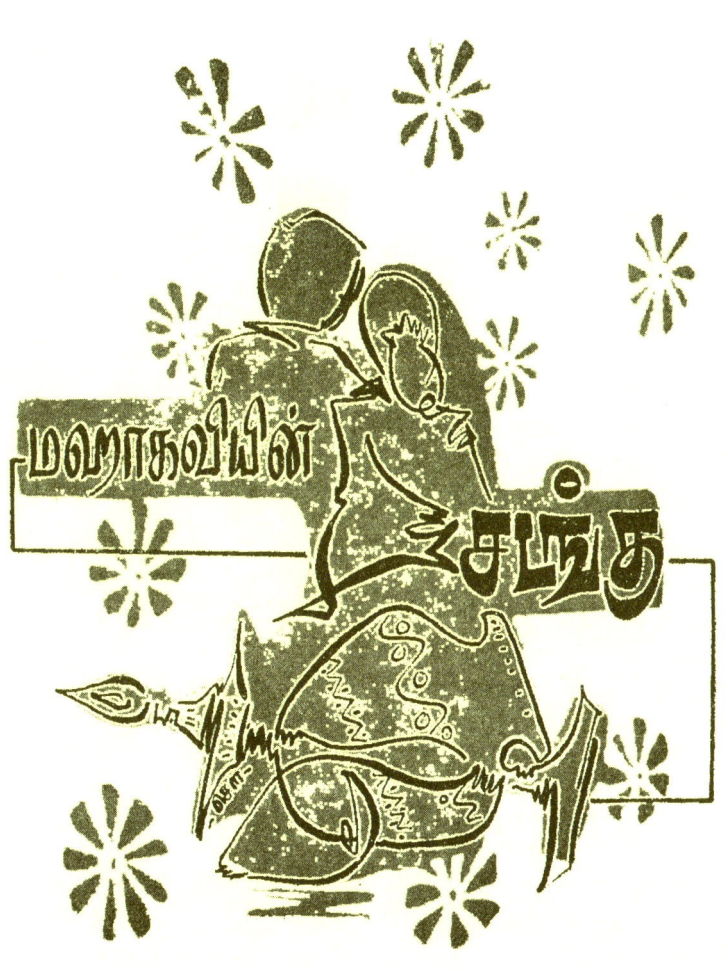

1

தோட்டத்துக் குளிர்ந்த காற்றில்
தொடர்ந்து வந்திருந்த ஏற்றப்
பாட்டுத்தான் இதுவரைக்கும்
கேட்டது; பாடுவோரைக்
காட்டிற்றுக் கிழக்கு வானம்,
கையிலோர் விளக் கெடுத்து;
நாட்டினுக் குணவு தேடும்
நாட்டத்தார் இறைக்கி றார்கள்.

பொன்னப்பன் துலாவின் மீது
போய் வந்து கொண்டிருந்தான்;
சின்னையன் இறைத்தான்; தண்ணீர்
சென்றோடி உருகும் வெள்ளி
என்னப் பாய்ந்தது வாழைக்குள்.
'ஏனிந்தக் கஞ்சிக் காரி
இன்னும் வந்திறங்க வில்லை ?'
என்று பொன்னப்பன் பார்த்தான்.

'உச்சிக்கு வெயில் ஏறிற்றே
உன்னையும் மறந்தாளோ உன்
மச்சாள்? இம்மினைக் கேடேனோ?
மாற்றுகின்றாளோ சேலை
அச்சிறு கள்ளி?' என்றே
அவிழ்க்காமல் நினைத்தான் மாமன்;
மிச்சத்துக் கிவன் சிரித்தான்;
மீண்டும் அவ் வழியைப் பார்த்தான்.

நச்சொக்கும் நவ்வி ஒக்கும்
நயனங்கள்; எனினும் அப்பெண்
அச்சத்தை அவற்றிற் கொண்டாள்
ஆதலால் மயங்க வைப்பாள்.
குச்சொழுங் கையினை விட்டுக்
குடத்துடன் கஞ்சியோடு
பச்சை நீள் வயற்பரப்பில்
வருகின்றாள், அதோ பாருங்கள்!

இட்டஒவ் வோர டிக்கும்
எறிந்தகை வளையல் கைகள்
கொட்டித்தான் சிரிக்கும்; பாரக்
குடம் தூக்கி மடங்கும் நாரி
பட்டபா டவளைப் பார்த்தோர்
படுவார்கள்; நிமிர் நெஞ்சாள்; திக்
கெட்டுக்கும் தானே ராணி
எனும்படி நடக்கின்றாளே!

வெயிலுக்கு வற்றா தின்னும்
வரப்போரம் கிடந்த குப்பை
வைரத்தைக் காலால் சிந்தி
வருகின்றாள்; அவளைத் தோகை
மயில் ஒப்பாள் 'கியி'லை ஒப்பாள்
எனில் ஒப்பமாட்டேன்; பெண்ணுக்
கயல் ஒப்பா காதுயாதும்;
அவளுக் கொப்பெவளும் ஆகாள்!

ஆடித்தான் நடந்து சென்றாள்;
ஆயினும் சென்றடைந்தாள்;
'ஓடித்தான் வந்தாய், காலை
ஒடித்துக் கொண்டாயோ?' என்று
வேடிக்கை செய்யப்பட்டாள்;
விழியையும் உழுது தின்போன்
வாடிக்கை அறிவாள், தன்கீழ்
வாயினைக் கடிந்துக் கொண்டாள்.

‘பொல்லாத பெண்நீ, நேரம்
போக்கிய தெதற்காய்?’ என்று
சொல்லாமல் கண்ணாற் கேட்டான்;
சொக்கிப் போய் விடாதாள் போலப்
பல்வரிசையினைக் கூட்டிப்
பளிச் சென்றே அழகு காட்டி
இல்லாத இடையை விட்டுக்
குடத்தினை இறக்கி வைத்தாள்.

இச்சைபோல் இறைத்த நீரை
இட்டு வாழைக்கு விட்ட
பச்சைக் கிளிக்கு நல்ல
பசி; அக்காள் வரக் கண்டங்கே
‘அச்சா!’ என்றோடி வந்தான்;
கஞ்சிக்குள் அமிழ்ந்து விட்டான்!
பச்சடி தொடாமலேயே
பரபர எனக் குடித்தான்!

அருங்காற்று வீசி வீசி
அன்புகாட் டிட மேலே ஓர்
மரக்கிளை எறிக்கும் வெய்யில்
மறைத்திட, அருகி லே வந்
திருந்தொரு காகம் அண்ணாந்
திவரைப் பார்த்திடப், பார்த்தீந்தே
விருந்து கொண்டார்கள்; இன்பம்
சிரட்டைக்குள் இருக்கக் கண்டார்.

2

வயல்விட்டு வீட்டுக்கு வருகின்றாள்
அவ்வனிதை; வழியிலுள்ள
குயில் கத்தும் தோப்புக்குள் நுழைகின்றாள்;
மரம் அடர்ந்து குளிர்ந்திருக்கும்
வெயில் பட்ட களைப்பங்கே வேம்பின் கீழ்
நிழல் பட்டு நீங்கிப் போக,
உயிர் பெற்றாள்; புதிதாய் ஓர் உல்லாச
நடைபெற்றாள்; ஓடலானாள்!

சருகுதிர்ந்து கிடக்கின்ற தரைமேலே
அவள் பாதத் தரவம் கேட்டே
ஒரு மிரண்ட அணில் துள்ளி ஓடிற்று.
மற்றொன்றும் தொடர்ந்தோடிற்றாம்.
அருகிருந்த புளியொன்றில் அவைதாவி,
அதற்கடுத்த மாவில் ஏறி,
அருநெல்லிச் சிறுமரத்துக் கப்பாலே
மறைந்தனவாம் நாவற் கொப்பில்

இலந்தைக்குக் கல்லெறிந்தாள்; இதோ கிளையிற்
பட்டதுவும் மழையைப் போலப்
பொலு பொலென்று கொட்டுண்ணும் பழங்களினைப்
பொறுக்குதற்குக் குனி கின்றாளே!
சிலந்திக்கு வலை பின்னத் தெரியாதா?
அது சிறிய வடலி யொன்றை
எலும்புருக்கி யோடிணைத்துக் காத்திருக்க,
இரண்டுகணம் பார்த்து நின்றாள்.

முள்ளுக்கும் அவள்மேலே மோகந்தான்,
முன்தானைச் சேலை பற்றிக்
கிள்ளிற்று முழங்கையில்! 'கிடசும்மா!'
என்றதனின் கிறுக்கைப் போக்கிச்
சுள்ளிக்காய் அப்பக்கம் சுற்றிவந்த
அப்பக்கா ரியினைக் கண்டு
கள்ளிக்குப் பின்னால், ஆள் கண்ணுக்கப்
பால் மறையும் வரையும் நின்றாள்.

சீட்டியடி கேட்கிறது, சினிமாவால்
தமிழர் சீர் அழியும் முன்னர்
நாட்டவர்கள் மேடையிட்டுத் தாம்கூடி
நடத்துகிற கூத்தில்; ஆயல்
ஓட்டுகிற வள்ளியம்மன் உரல்மேல்நின்
றாண் குரலில் உரக்கக் கத்தும்
பாட்டொன்று வரத் தொடர்ந்து வருகின்றான்
அவன் இலந்தைப் பழமோ பார்த்தான்?

கொய்யாவின் கிளையினிலே காணவில்லைக்
கனியை; ஒன்று கூடிநின்று
கைவீசி அழைக்கின்ற மலர் அரளி
இடைக் கிடந்தாற் காண்பதுண்டோ
ஐயோ, அச் சிவப்பியினை? ஆனாலும்
அலைகின்றான் ஆளைத்தேடி;
பொய்யோடு கலவாத புதுமுகத்துக்
கேங்குகிறான்; கிழவி வந்தாள்!

'கள்ளிக்குப் பின்னாலே கண்டுவந்த
அவளைத்தான் தேடும் இந்தப்
பிள்ளைக்கு வயசாச்சு; பிரியமுந்தான்
கரைமீறிப் போச்சுப் போலும்!'
உள்ளுக்குச் சிரித்தபடி, 'ஊர்த் தோப்பை
உங்களிடம் விட்டு விட்டால்
கொள்ளிக்குப் போவதெங்கே?' என்றெண்ணிக்
குனிந்தபடி கிழவி போனாள்

பாம்பேதும் கடித்ததுவோ பற்றையின் பின்?
அவனைத்தான் பார்த்திருந்து
சோம் பேறித் தூங்கினளோ? சுவைகண்ட
காற்றொன்றே உடலை மேய,
லாம்போடு திரிகின்ற விழிமூடி
மல்லாந்து கிடந்தாள் கீழே,
காம்போடு பூங்கொத்துப் போல்! அல்ல
கப்பன்றோ காலை ஒக்கும்!

படுத்த அவள் நிலையினிலே பழம்பிரமன்
படைப்பருமை கண்டு கொண்டு,
குடித்திருந்தோன் எழுந்தது போல் கால் அசந்து
குந்துகின்றான் அருகில்; அன்னாள்
உடுத்திருந்த அழகுக்கே உளம் முழுதும்
பறிகொடுத்தான் அந்தப் பொன்னன்!
அடுத்த தென்ன? இந்தப் பெண் சிரித்தாளோ?
அவன் தலையைக் கோதினாளோ?

ஒளித்திருந்த செம்பகம் ஏன் ஓடிற்றப்
புறம்விட்டும்; உச்சிக் கொப்பில்
எழுந்து நின்று பார்த்த அணில் 'இம்மனிதர்
இடையேயும் காதல் என்னும்
ஒழுங்குளது போலும்!' என ஒப்புக்கொண்
டிறங்கியது; நெருக்கமாக
வளர்ந்த சில புல்லாந்திச் செடிமறைத்த
வரலாற்றை வரையப் போமோ...?

3

கால்நீட்டி இருந்தபடி சாக்கொன்றைக்
கட்டவிழ்த்தான்; கறுத்து நீண்ட
வால்போலத் தெரிகின்ற அவற்றிடையே
ஒன்றெடுத்தான்; வைத்து விட்டு,
மேலும் தேர்வினை நடத்திக் கிடைத்ததொடு
மினைக் கெட்டான்;கிழித்துச் சற்றி,
நாலைந்து நிமிடத்தில் நனைக்கின்றான்
வாயினில் ஓர் நறுஞ் சுருட்டை!

அடுப்படியில் இருந்தபோ தவனுக்கு
வரவில்லை நெருப்பு; 'பெண்ணுக்(கு)
இடுப்பொடிந்து போகாதோ இவ்வீட்டு
வேலையெல்லாம் தனியச் செய்தால்?
படுப்பதற்கோ இரவினிலே பத்துக்கும்
மேலாகும்; தூங்கு முன்னம்
விடிந்து விடுகிறதே, என் பெண் செய்த
வினைபெரி' தென் றேங்கு கின்றான்.

தானேபோய் அடுப்பினிலே கிளறுகிறான்:
சாம்பலுக்குள் தணலைக் கண்டான்;
'ஏனிவளைக் காணவில்லை?' இந்நேரம்
குளிக்கவோ போனாள்?' என்று
தீ நனைந்த சுருட்டுறிஞ்சித் திரள் திரளாய்ப்
புகைவிட்டு விறாந்தைக் கேகிக்,
கூனாத நேர்முதுகு குனிந்தபடி
உட்கார்ந்து சிந்திக்கின்றான்:

பள்ளிக்குப் போய்விட்டான் கிளி; அந்தப்
பயல் வீட்டில் இருக்கும் போது
பிள்ளைக்குப் பெருந்தொல்லை; பிடித்தபிடி
யினில் ஒடியல் இடிப்பித்தானே
கள்ளன்; கூழ்காய்ச்சு வித்தான் களைத்துப்போய்
அவளிருந்த வேளை; நாமும்
அள்ளித்தான் குடித்தோமே; ஆனாலும்
அச்சிறுமி பாவம் அன்றோ?

'அத்தானை மண முடிக்க அவளுக்குப்
பெருவிருப்பே; எனினும் காசு
பத்தாது பந்தலுக்கும், பலகார
வகைகட்கும், மேளத்துக்கும்;
முத்தாலும் பொன்னாலும் நகைபோட
வேண்டாமோ ஆளை மூடி?
விற்றாலும் போதாதே தாய் கொணர்ந்த
கல் விளையும் பரப்பை எல்லாம்?'

படலை திறந்தது; உள்ளே பாலப்பம்
விற்கின்ற கிழவி வந்தாள்;
'எட, பொடியா, ஏனிவளை இப்படியே
வைத்துக் கொண் டிருக்கின் றாய்நீ?
சுடச்சுடவே தின்றாற்தான் சாப்பாட்டிற்
சுவைதெரியும்; வயது வந்தால்
கடகடென்று காரியத்தை முடிக்காமல்
காத்திருத்தல் அழகாய் இல்லை'

என்று சொன்னாள்; 'எணை, இதைத்தான்
எண்ணியிருந்தேன்!' என்றே அடிச் சுருட்டை
மென்றபடி அவன் மொழிந்தான்; 'மெய்யேப்பா
மீனாட்சி இருந்தாள் என்றால்
இன்றிரண்டு குழந்தைகளை இடுப்பினிலே
எடுத்திருப்பாள் உனதுபிள்ளை!
ஒன்றுக்கும் அதிகயோ சனைகூடா'
தென, அவனும், 'ஓமோம்' என்றான்.

34

‘அண்டைக்கு நீதந்த அப்பத்துக்
கென்னதர?’ ‘அதோ கிடக்கும்
வெண்டிக்கா யினில் உனக்கு வேண்டியதை
எடு’ என்றான்; எடுத்துச் சென்றாள்.
‘கண்டிக்குப் போய் அங்கே கடையொன்று
போட்டாலும் பிழைத்தி ருப்பேன்;
கிண்டிக் கொண்டே கிடந்தேன் வெறுமணலை’
என அலுத்துக் கொள்ளுகின்றான்.

அப்போது நுழைகின்றாள்; அவள் நடையிற்
தெரிகின்ற அலுப்பும் சோர்வும்
‘எப்போதும் காணாத எதோ ஒன்றைக்
கண்டாளோ’ என்று கேட்கும்!
அப்(பு) எதை நினைத்துக் கொண்டதோ சுருட்டை
அந்த விதம் எறிகின் றாரோ?....
கைப்போடு கலந்ததுவோ காதலும்?’ என்
றடுப்படிக்குள் காலை வைத்தாள்.

பற்றவைக்கின்றாள் அடுப்பை; பறபறென்று
தேங்காயைத் துருவுகின்றாள்;
குத்தி வந்தாள் நெல்லை; இதோ ‘குளுகு’ ளென்று
கொதிக்கின்ற உலையில் இட்டாள்;
‘கற்றுவிட்டு வரும் பச்சைக் கிளியின்முன்
கறிசோறு வரச் சுணங்கின்
கத்திட ஆரம்பிப்பான், கடுஞ்செல்லம்!’
எனச் சுழன்று சமையல் செய்தாள்.

4

ஒழுங்கையிலே நடக்கின்றான் சின்னையன்;
ஓலையினால் வேய்ந்திருக்கும்
பழங் குடிசைகளைத் தாண்டிப், பரியாரி
யாருக்குத் தலையை ஆட்டி,
விழுந்து மணலிடைப் புதைந்த குழைவண்டிச்
சில்லுக்கு வெறுந்தோள் தந்து
கிளப்பிவிட்டுக், கிட்டப்போய் எருதினையும்
தட்டிவிட்டுச் செல்லுகின்றான்.

வேலாத்தை வரக் கண்டான்; 'வேலனிடம்
சொல்லடியே கூரை 'மேய'
ஓலை கொஞ்சம் வெட்டுவதற் கொருக்காலெம்
வீட்டுக்கு விடிய முன்னம்
நாளைக்கு வரச்சொல்லி; விசேசமொன்று
நடக்கிறதற் குள்ள' தென்றான்;
'நாளாக்கும் பிளைக்கு வைத்துவிட்டார்
நயினார்!' என்றவள் நடந்தாள்

கல்லாலே மதில்கட்டி இரும்பாலே
போட்டுள்ள படலை மீதிற்
பொல்லாத கறள் கட்டிப் போகாமல்
எடுத்துள்ள முகட்டின் கீழே
'நில்லாதே!' எனநின்று நீள்குரைப்புக்
குரைக்கின்ற நாயைத் தாண்டி,
உள்ளேதான் போகின்றான் சின்னையன்;
'உதார்?' என்றார் வீட்டுக்காரர்.

'உங்களிடம் ஓர் அலுவல்!' எனச் சொல்லித்
திண்ணையிலே அவன் உட்கார்ந்தான்.
தம் கருணை விழி பாய்ச்சிச் 'சரிசொல்க!'
எனக் காது தந்தார் வீட்டார்;
'தங்கத்தின் கலியாணம் ஏன் இன்னும்
நடக்கவில்லை?' என்று கேட்டார்;
வெண்குட்டம் படர்ந்திருந்த கன்னத்திற்
சொறிவதற்கு விரலைப் போட்டார்.

'சுடலைக்குப் பக்கத்தில், சொறிமூக்கன்
புலத்துக்கு வடக்கே உள்ள
'வட' லிக்கு விலை கேட்டீர் ஒருநாள் என்
னிடம்; அதனை வைத்துக் கொண்டு,
கடனாகத் தருவீரோ, காசெனக்குக்
கொஞ்சம்?' என்றான்; வீட்டுக்காரர்
கடைவாயில் ஒற்றைப்பல் காட்டினார்
உறுதியினை வாங்கிப் பார்த்தார்.

'இப்போதப் பக்கத்தில் எடுத்துள்ள
புதுத் தெருவால் அந்தக் காணி
தப்பாமல் விலையேறும்; தருணம் இதே
அதைத் தட்டிக்கொள்ள!' என்று
முப்போதும் உணர்ந்த அவர் முதற்போட
முன்வந்தார்; வெறும் தட்டத்தைச்
'சப்(பு)' என்று தள்ளுகிறார்; 'ச, வேண்டாம்'
என்று சின்னையன் சென்றான்.

உட்கார்ந்து சிற்றுலையில் ஊதிடவும்
உமி சிரட்டைக் கரியினுள்ளே
சட்டென்று தணல் தெரியும்; தங்கத்தை
அதிற் காய்ச்சி உருக்குகின்ற
தட்டாரச் செல்லையா முன்போட்ட
தடுக்கினிலே அமர்ந்தான்; தங்கம்
சுட்டாலும் சுட்டாலும் சுடர் விடுதல்
கண்டதிலே சொக்கிப் போனான்!

காரியமாய்த் தான்வந்தேன்; கலியாணம்
ஒன்றுண்டு நடத்துதற்கு;
நேரியதாய் இன்றுவரை நெளியாமல்
இருக்கின்ற நீரே செய்த
ஓர் பழைய நகைஉள தென்னிடம்; அதனை
உருக்கி, என் பிள்ளைக் கேற்ற
சீரினவாய்ப் புது நகைகள் செய்துதர
முடியுமோ, சிறப்பாய்?' என்றான்.

'தாய் விட்டுச் சென்றதிவை!' எனக் கூறிக்
கொடியையும் தாலியையும் தந்தான்;
ஆய்ப்பட்ட பழம் போலே அவள் தனது
மடியினிலே வீழ்ந்து மாண்டு
போய்விட்ட பழையகதை புதிதாக
நெஞ்சுக்குள் நிகழக் கண்டான்;
'ஓய், என்ன ஆண்பிள்ளை நீர்? கண்ணைத்
துடையும்!' என்று சொன்னார் பத்தர்.

'நாளைக்கு மகள்கூட நடக்கப்போ
கின்றாளே; எதுவும் வேளா
வேளைக்கு நடக்கட்டும்; வேண்டாமென்
றால், ஒத்து விடுமோ காலம்?
ஆளைப் பார்க்காமலே அடுக்குகிறார்,
செல்லையா; கொடியை வாங்கி
நீளத்தைச் சுருட்டுகிறார்; தராசினிலே
இடுகின்றார்; நிறுக்கின் றாரே!

5

பொன்னப்பன் வயற் கிணற்றில் குளித்து விட்டுக்
கட்டாடி வீடு போனான்;
'என்னவோ? அவர் துறைக்குப் போய்விட்டார்'
என்று சொன்னாள் கட்டா டிச்சி;
'இந்நேரம் போனாற்தான் இருளு முன்னம்
திரும்பிடலாம், வேட்டி வேணும்
ஒன்' றென்றான்; 'பட்டணத்துக் கோடிப்போய்
வரவேணும் ஒருக்கால்' என்றான்.

'போனவரைக் காணவில்லை; பொறுத்திருந்தால்
நல்ல' தெனப்புறு புறுத்து,
பானையிலே பழந்துணிகள் அவிகிறதைப்
பார்க்கப் போய்த் திரும்பி வந்து,
பேனிருந்த தலையினிலே ஒன்றெடுத்துப்
பெருவிரலின் நகத்தில் வைத்தாள்!
ஆ, நெருக்கென் றிறந்தது! 'அவசரமோ?'
எனக் கேட்டாள் அந்த மாது.

நேற்றுத்தான் அவர் நிறையக் கொண்டுவந்த
வெண்டிக்காய் நினைவு வந்து,
கோற்காலி போல் மேசை ஒன்றினிலே
குவிந்திருந்த துணிக்குட் கிண்டி,
வேற்பிள்ளை வாத்தியாரது வேட்டி
சால்வையினை எடுத்துத் தந்தாள்!
ஏற்றுக்கொண்டான்; உடுப்பு மாற்றிக்கொண்
டான்; ஏகினான் பொன்னப்பன்.

கோவிலடி தாண்டுகையில் குடுக்கையிலே
இருந்து திரு நீறெடுத்து,
நாவினிலே 'சிவசிவ' என் றான்; பூசி
நடக்கின்றான்; மகிழின் மீதிற்
பூவிருந்து மணம் வீசப், புளகித்தான்
பழம் நினைவில் அவளைக் கண்டு,
மாவடியில் 'விழுகின்றான்'; மதகடியில்
'மிதக்கின்றான்' பெரிய ரோட்டில்

அந்தநாள் வண்டிகளை அரசாங்கம்
 எடுக்கவில்லை; ஆதலாலே,
குந்தவில்லை அவன் மதகில் நெடுநேரம்;
குனிந்து நின்றான் வசுவில் ஏறி!
நொந்தவன் நாரியுமே; நோய் கண்டார்
சென்றவரெல் லாரும்; ஈற்றில்
வந்தடைந்த பட்டணத்தில் இறங்குகிறார்
வலிநீங்க நிமிர்ந்து நின்றார்.

பட்டணம் வந்தால், அந்த வசுக்காலைப்
பக்கத்துக் கடை ஏறாமல்
விட்டுவிட முடியுமா? 'சருவத்து'
விற்கின்ற தங்கே யன்றோ?
நட்டமில்லைப் பதினைந்து சதத்துக்கு!
குடித்துவிட்டு, நா உதட்டில்
இட்டபடி, வெயில் பட்டே இளகுகிற
தார் ரோட்டில் இறங்கிச் சென்றான்!

கச்சேரி சேர்ந்துவிட்டான்; கடுதாசி
மலைகளுக்குப் பின்னால் உள்ள
அச்சீமான் தனைக் காணத் தாழ்வாரத்
தரை மணியாய்த் தவமே செய்தான்!
'உட்செல்ல லாகா' தென் றுரைக்கின்ற
பலகையினைத் தாண்டிச் சென்றால்,
அச்சென்று தும்முகிறார் அதிகாரி,
சுழலும் ஒரு விசிறியின் கீழ்.

'காடழித்துக் கிடக்கிறது; கமம் உனக்குத்
தொழில்தானே? கழனி செய்க!
ஓடுகிற குளத் தண்ணீர் ஒருசதுர
அடிகூட மிச்சம் இன்றித்
தேடி வந்துன் நிலம் நனைக்கும்; தெரிந்திடுக;
செயல்புரியும் வய துனக்கு;
பாடுபடக் கூடுமன்றோ? பயனை இந்த
நாடெல்லாம் பார்த்தி ருக்கும்!

'குடிசைகளும் முடிந்துளது குடியேற்றக்
காரர்கள் வாழ; நாளை
விடிய அங்கே போனாலும் வேண்டியஓர்
விதைநெல்லு பெற்றுக் கொள்வாய்;
உடனேயே உணவியற்றத் தொடங்கிடலாம்;
உற்சாகம் உளதா?' என்றார்.
'அட! இதெல்லாம் அகப்பட, ஒன் றரைப்பரப்போ
டூரில் இருந் தழவா?' என்றான்.

அவர் சிரித்தார்; 'என்ன தம்பி, அவ்வளவு
கெதியாகச் சொல்லி விட்டாய்?
எவர் உனது கிராமத்தில் இதுவரையும்
முன்வந்தார் உனைப்போல்? ஓயா
அவதியுற்று மடிவார்கள்; ஆனாலும்
அப்பாலே திரும்பிப் பாரார்,
இவர்கள்!' என்று நொந்தார்; 'நீ வெல்க!' என்றார்
இவன் மகிழ்ந்து விடை கொள்கின்றான்.

6

வடையொன்றைக் கடிக்கின்றான்; புளிவாழைப்
பழம்வாங்கித் தின்னும் போதில்,
'அட, இதற்கா நாலுசதம்? சதமேனிக்
கல்லவோ நாம் விற்கின் றோம்?
கடையவர்கள் கடையவரே!' என எண்ணிக்
காசினையும் எண்ணித் தந்து,
நெடுவீதி இருபுறமும் நெருங்கியுள்ள
கடைகளிடை நடந்தான் மீண்டும்.

ஓடிப்போம் வண்டிகளுக் கொதுங்கிப்போய்த்,
துணிக்கடை ஒன் றுள்ளே ஏறிக்,
'கோடிட்ட சட்டையுண்டா, தைத்தபடி?
குண்டஞ்சி வேட்டி உண்டா?
காடுபட்டிச் சேலையொன்றும், கசுமீரப்
பட்டிரண்டும் வேணும்'என்றான்;
வேடிக்கை ரயிலொன்றும் கிளிப்பையன்
களிக்க என்று வேண்டிக் கொண்டான்.

குளிக்கின்ற சவர்க்காரக் கட்டிகளும்
கொம்பாலே செய்த சீப்பும்,
ஒளிச் சிதறும் கண்ணாடி வளையல்களும்,
உடுப்புவைக்கும் பெட்டி ஒன்றும்,
உளுத்தூசிப் போகாத உணவுள்ள
விசுக் கோத்துத் தகரம் மூன்றும்,
பளுக் கனத்துப் போகிறது- பலப்பல இப்
படியாக வாங்கிச் சேர்த்தான்.

வீட்டுக்குத் திரும்புதற்கு விரும்பாமல்,
வழியினிலே உள்ள வாழைத்
தோட்டத்திற் படுத்திருந்தான் அட்டாளை
மீதினிலே; தொண்டைக் குள்ளே,
பாட்டுக்கள் முணுமுணுத்துப் பார்வையினை
வானத்திற் செலுத்து கின்றான்;
கூட்டுக்குக் கிளைக்கேகும் குருவிகளை
வழியனுப்பிக் கொண்டிருந்தான்.

தலைமாட்டில் பயணத்துத் தோற்பெட்டி
கிடக்கிறது; 'நான் கொடுத்த
விலையெல்லாம் சரிதானோ? வேண்டாமல்
விட்டேனோ எதையும்?' என்று
நிலையின்றிப் புரள்கின்ற சிலபோது
நிமிடங்கள் நிற்கக் கண்டான்;
குலைபோட்ட நெடுவாழை போற்பாரம்
தாங்காமற் குடங்குகின்றான்.

கணக்கேதோ பார்க்கின்றான்; கண்மூடிக்
கிடந்தேதோ திட்டம் போட்டான்;
கிணற்றருகில் இளந்தென்னை மரத்தினிலே
சலசலப்புக் கேட்டுப் பார்த்தால்,
பணக்கவலை இல்லாத கிளிப்பையன்
விழிக்கின்றான் வட்டினுள்ளே!
'எனக்கும்!' என்ன வீழ்ந்தன அங் கீரவாய்க்
காலுக்குள் இளநீர்க் காய்கள்!

'இந்த விதம் மரம் ஏறி இருகாலும்
ஒடிந்த தென்றால் என்ன செய்வாய்?'
'நொந்திடுமே! குளறிடுவேன்!' 'நோயை ஏன்
நீயாகத் தேட வேண்டும்?'
'வந்து சும்மா நான் நிற்க, வலியவந்தென்
தலையினிலே தேங்காய் வீழ்ந்தால்?'
'குந்தி இருப்பதனைவிடக் குன்றேறி
மடிந்தாலும் குற்றமில்லை!'

‘வன்னிக்குப் போகின்ற வழி உனக்குத்
தெரியுமா கிளி? அவ்வூரில்
என்னத்தை எல்லாமோ புரிகின்றார்
கேள்விப்பட் டிருக்கின்றாயா?’
பொன்னப்பன் இது கேட்டான்! ‘போ அத்தான்
எப்போது போனோம் அங்கே?
என்னையும் உன்னுடன் கூட்டிப் போவாயோ
ஒருநாள் அக் காட்டுக்‘ கென்றான்;

‘அக்காளைக் கேட்டுப்பார் ; அந் நாட்டில்
பாலை மரம் பழுத்த தென்றால்,
உட்கார முடியுமா பார்த்துக் கொண்(டு)?
ஊதாதோ வயிறு, தின்று?
நக்காதே விரல்களினை! நன்றாய்த்தான்
இருந்த துண்ட ‘வழுக்கல்’; ஆனால்
இக் கோம்பை களைக்கொண்டே எறிந்துவிட
வேண்டாமோ தூர?’ என்றான்.

‘இன்றைக்கு வீட்டிலே கறியென்ன,
என இங்கே அத்தான் கேட்டார்;
என்றக்கா ளிடம் சொல் போய்’..... ‘ஏனத்தான்
கிழங்கு, மீன் குழம்பு, கீரை.
என்றும்போல் வெண்டிக்காய்ப் பாற்கறி! ஆம்
இறாற்பொரியல்!’...... ‘போதும் போதும்
ஒன்றுக்கும் உனைநம்ப முடியாதா?
ஓடென்றான்; கிளி ‘ஓம்!’ என்றான்.

7

முற்றத்தில் இருந்து பனை முழுஓலை
அறுக்கின்றான் தந்தை; தம்பி
கற்றுக்கொண் டிருக்கின்றான், கல்லொழுங்கை
மீதினிலே வண்டி போலச்
சொற்களிலே இடறிவிழுந் தெதிரிருந்த
கைவிளக்கின் சுடர்முன்; அக்காள்
'பற்றிவிடும் தீபரட்டைத் தலையினிலே
படி எட்ட இருந்' தென்கின்றாள்.

ஓலையினைக் கிழித்துக்கொண் டிருக்கின்றாள்
அவள்; அவர்கள் வீட்டில் என்றும்
பால் குறைய வைக்காத பசுவுக்கும்,
பாடுபடப் பின்நிற் காத
காளைகள் 'மாவெள்ளை'க்கும் 'கழுக'னுக்கும்
உணவாம் அப் பச்சை ஓலை;
தாலி இன்னும் கட்டாத தங்கத்தின்
கழுத்தை அந்தத் தந்தை பார்த்தான்!

'சாத்திரி யாரிடம் கேட்டேன்; சரியென்று
சொல்லிவிட்டார் பொருத்தம்; ஆனால்
காத்திருக்க வேணுமாம் ஒருமாதம்,
காலங்கள் திருந்த' என்றான்;
கூத்திடும் தன் னிரண்டு விழி குனிந்தபடி
இருந்த அவள் இமையைக் கொஞ்சம்
சாத்துகையில், கன்னத்தில் சரிந்திருளில்
வீழ்ந்தன நீர்த் துளி இரண்டு!

'நகைகளுக்குச் சொல்லிவிட்டேன்; நட்டுவர்களிடம்
போக வேண்டும் நாளை;
பகலிரவாய் நாலுநாள் பண்ணட்டும்
அவர்கள்சங் கீதம்! கேட்டு
மிக அருமை என எவரும் மெச்சட்டும்!'
எனத் தந்தை விளம்பு கின்றான்;
முகை சிறிது மலர்கின்றாள்; முத்துக்கள்
சில சிந்துகின்றாள் தங்கம்.

'இத்தனையும் பணக்கார வீடுகளில்
நடப்பதனால் இலாபம் உண்டாம்;
பொத்தி உள்ளே வைத்திருக்கும் பொருள் பகிரப்
படக்கூடுமாம் அப்போதில்;
சத்தியமாய் அப்பு, வெறும் சடங்கினில் நாம்
செலவிடுதல் சரியே இல்லை;
அத்தானுக் கிவையெல்லாம் அடியோடு
பிடிக்காதே!' என்று சொல்வாள்.

'காசிருந்தால் அதனைஒரு கலட்டியிலே
போட்டாலும் கனிகள் ஈயும்;
பேசாதே, எம் சடங்கைப் பெரிதாகச்
செய்கிறது பிழை, என் பாரே!'
கூசாமல் அவள் மொழிந்த குளுறுபடி
களைத் தந்தை கேட்டிருந்தான்;
பாசாங்கன் றவன் பாசம்; ஆனாலும்
வழக்கங்கள் உண்டே பார்க்க?

'கோச்சிக்கும் எனக்கும் இந்தக் கொட்டிலில்தான்
கலியாணம் நடந்தபோது,
காய்ச்சிக்கொண் டேயிருந்தான் பண்டாரம்
எட்டுநாள், கறியும் சோறும்!
ஆச்சுத்தான் கடன் கொஞ்சம்! ஆனாலும்
அதற்கதிக மகிழ்ச்சி கண்டோம்!
பேச்சுமூச் சில்லாமல் சடங்கென்றால்
பிறர் பார்த்துச் சிரிப்பார்!' என்றான்.

'கண்ணாடித் துண்டுகளால் செய்துள்ள
மணவறையோ கண்கொள் ளாமற்
பண்ணும் ஒளிப் பகட்டுக்கள்; பரியாரி
யார் தொடக்கம் வேலன் மட்டும்
திண்ணையிலும் பந்தலிலும் முற்றத்தும்
ஒழுங்கையிலும் நிறைந்து நிற்பார்'-
எண்ணங்கள் இந்தவிதம் எடுத்துக்கொண்
டிருப்பான் முன் எதைத்தான் சொல்வாள்?

'தான்பெற்ற அருமைப்பெண் தாலிகட்டும்
பொழுதினிலே தவில் முழக்கம்
வான்பிய்க்க வேண்டாமோ? எனக்கேட்டால்,
என்ன பதில் வழங்கக் கூடும்?......
ஏன்வெற்றுச் சடங்குகளுக் கிரையாவான்?
எனக்கேட்கும் அத்தான் வார்த்தை
வீண்வார்த்தை அல்லவே?'என்றெல்லாம்
தனக்குள்ளே விவாதம் செய்தாள்.

'பந்தலுக்குச் சோடிக்கப் பலநிறத்தில்
உப்புத்தாள் நிறைய வாங்கித்,
தந்துவிட வேண்டும்' என்றான், தான்படித்த
படிப்பை யெல்லாம் முடித்துக் கொள்ளும்
அந்தரத்தில் இருந்தகிளி அப்புவிடம்;
'தோட்டத்தில் அத்தான் நின்றார்;
எந்தெந்தக் கறி இன்றைக் கெனக்கேட்கச்
சொன்னாரே, அக்காள்' என்றான்.

8

செத்தவனே போற்கிடந்து தூங்குகிறான்
சின்னையன் திண்ணை மீதில்;
பொத்துக்கள் அவன் போட்ட பாயை விட்டுப்
புரண்டங்கோர் புறம்போய், வைக்கோற்
கத்தையினைக் கைகளிடைக் கட்டிக்கொண்
டிளம் பச்சைக் கிளி துயின்றான்;
பத்துமணி ரயிற் கூச்சல் கேட்கிறது.
தங்கம்தான் படுக்க வில்லை.

அடுக்களைக்குள் என்னென்ன அடுக்குளை
முடிக்கின்றாளோ? குண்டானில்
எடுக்கின்றாள் சோறு; கிழங் கவனுக்குப்
பிரியம்தான்! ஏது பூனை
படுத்துவிட்ட திறாற் பொரியற் சட்டியினை
உருட்டாமல்? பாவம்,கொஞ்சம்
கொடுக்கின்றாள் கூப்பிட்டுக்; குனிகின்றாள்
நிலையினிலே, வெளியில் வந்தாள்.

இருட்டுத்தான் எப்புறமும் எனில் என்ன?
இளம்வயது முறைகள் பார்த்துச்
சுருட்டி ஒரு சுவரோரம் தூங்கிடுமோ?
சூள் கையிற் கொண்டு போனால்
குருட்டிருளும் விழிபெற்றுக் குறுக்குவந்து
மறித்துவிடு மன்றோ? தங்கம்
திருட்டுநடை நடக்கின்றாள்; திறந்தவயல்
வெளி கண்டே ஓடுகின்றாள்.

அட்டாளை மீதினிலே அவன் படுத்துக்
கிடக்கின்ற அழகைக் கண்டாள்;
'கிட்டாத கனவொன்றே இதோ கிடைக்கப்
பெற்றேன்!' என்றவன் நிமிர்ந்தான்;
முட்டாளும் முட்டாளும் நாம்!' என்று
நெற்றியினை முட்டிக் கொண்டார்;
தொட்டார்கள்; கொண்டுவந்த சோற்றை நினைந்
தவள் சற்றே எட்டச் சென்றாள்.

கொடிபிடித்துத் துலா இழுத்துக் குபுக்கென்று
கிணற்றினிலே தண்ணீர் கோலி,
நொடியினிலே கொண்டு வைத்தாள்; நூறுண்டு
வாழை, ஒன்றின் இலையிற் கொஞ்சம்
கடித்தெடுத்து வருகின்றாள்; அதை அவனின்
கையிலே வைத்தாள்; சோற்றைப்
'பிடி!'என்றாள் கிழங்கோடும், குழைவோடும்,
குழம்போடும் பிசைந்து கொண்டே!

'பட்டணத்தில் பகல் முழுதும் பல மலைகள்
புரட்டியிருப் பீர்கள்; ஏதோ
பெட்டிவைத்துப் படுத்திருந்தீர் தலையின் கீழ்;
அதற்குள்ளே எனக்குக் கூடப்
பட்டிருக்கக் கூடுமோ? பறந்திடவும்
கூடுமோ? கூடுங் காலம்
எட்டியதோ எமக்(கு)? அன்றி இருக்கத்தான்
வேணுமோ இனியும்?' என்றாள்.

'சோறின்று முழுவதும் நான் தின்னவில்லை;
சும்மா நீ கேள்வி கேட்டால்,
கூறுவதோ பதில்? அன்றிக் கொடுப்பதனை
உண்ணுவதோ?' எனச் சிரித்தான்.
'ஊறுகாய் இருக்கிறது, வேணுமோ?'
எனக்கேட்டாள்; 'ஓமோம்' என்றான்;
வேறென்ன வெல்லாமோ கதைத்தார்கள்:
சிரித்தார்கள் மீண்டும் மீண்டும்.

தானும் உண்டாள்; ஆனாலும் தங்கத்துக்
கன்றிரவு பசியே இல்லை.
'தேனிருக்கும் கிளைகளிடை திரிகின்ற
குரங்குளோ பல்லிளிக்கும்
பாண் எடுக்கலாம், தட்டிக் கடையொன்று
பக்கத்தில் உண்டு, மச்சாள்!
நீ நெருங்கி இரு' என்று நெருங்கியிருந்
தவளை அள்ளி நெரித்தான் கைக்குள்.

நெல்விதைத்துக் கிடக்கின்ற நெடுவானில்
நீள் விழியாற் கிளறு கின்றாள்;
'பல்விளக்கு விப்பவர் ஆர் கரிகொடுத்தே
என் பச்சைக் கிளிக்கு? தோட்டம்
செல்லுகையில் தந்தை பற்றும் சுருட்டுக்குச்
சிறுகொள்ளி யார் கொடுப்பார்?
புல் செதுக்கிப் பசுவுக்கு யார் நாளை
போடுவார்?' எனச் சிந்தித்தாள்.

நித்திரையும் காதலுமே நிறைந்துள்ள
இரண்டு விழி திறந்து நோக்கிச்
'சற்றுறங்கிக் கிடப்போம்' என்றவன் சொல்லச்
'சரி' என்று படுத்துக் கொண்டாள்;
நத்தொன்று மட்டுமே தன் கெட்டில்
விழித்திருந்து நாலு சொற்கள்
கத்தியது; குளிர்கின்ற காற்றொன்று
வந்ததங்கே சுற்றிச் சுற்றி.

9

அரைப் பாதிப் பிறை எழுந்தான் அடிக்கிழக்கு
வானத்தில் அரவம் இன்றி
அரைத் தூக்கத் தொடு, விதைத்த தறுப்பான் போல்
அரிவாளும் கையு மாக;
நரைப்பாச்சுக் குழலிருட்டு; நடப்பாள் அவ்
விராப்போது மேற்கு நோக்கி;
குரைப்பார்க்குக் குறைவுண்டோ? குச்சொழுங்கை
வழியிலெல்லாம் அவையே யன்றோ?

வேலிக்குள் நின்றபடி வெகுவாகத்
தம்மெதிர்ப்பை விளக்கும் அந்நாற்
காலிக்குக் கல் லெடுக்கக் குனிந்தாலே
கதைஓயும்! காலுக்குள்ளே
வாலிட்டுப் பின்வாங்கி ஊர்வம்பை
மறக்கும் அவை; மற்றவர்கள்
சோலிக்குப் போவதெல்லாம் சுரட்டுத்தான்
எனக் கூடத் தெளிந்து கொள்ளும்.

கோவிலடியினில் எந்தக் குருவியையும்
காணவில்லை; குருக்கள் காலை
ஆவதற்குச் சிறிது முன்னே ஐந்துமணி
அளவிலன்றோ மணி அடிப்பார்?
சேவலுக்கும் அதன் தூக்கம் சிறிதேனும்
கலையவில்லை; சிறகடித்துக்
கூவுதற்கு நாழியின்னும் இருக்கிறதே;
இறைப்போரின் குரலும் காணோம்.

பிள்ளையார் ஒருவர்தான் பெருவயிற்றிற்
பசியோடு கதவிடுக்கால்
உள்ளிருந்து பார்க்கின்றார்; உடைந்து தெறிக்
கிறதென்ன வெளியில்? யாரும்
கள்ளர் உள்ளே நுழையாமற் கதவடைத்துக்
கிடக்க இரு கண்ணால் உண்டார் -
அள்ளி அள்ளி அங்கிருளில் வெள்ளை வெள்ளை
யாய்த் தெரிந்த தேங்காய்ச் சொட்டை!

மதகடியில் 'மிதந்து' விட்டால், மாவடியில்
இருந்து மொய்த்த இருட்டுக் கொஞ்சம்
கதவு திறந்தது; இங்கே கைபிடிக்கா
மற்கூட நடத்தல் கூடும்!
முதலில்ஒரு முனிபோல முழுத்தெருவி
னையும் அடைத்துத் தெரிந்த தொன்றே
அதுபெரிய கிடுகுவண்டி! அதற்கிப்பால்
தொங்குவ தால் விழுதே யன்றோ?

வண்டிக்காரனைப் பார்த்தால் வாய்திறந்து
தூங்குகிறான்; வடக்கன் மாடு
நொண்டி நொண்டிப் போயினவாம்; அவை கூட
நித்திரையோ? நூறே நாளில்
அண்டை உள்ள கிராமத்தை அடைந்து விடும்
நோக்கமுமோ அவைகட் குண்டு?
மொண்டு வந்த சிரிப்பொன்றைக் கொட்டுகிறாள்;
அதிற் பொன்னன் மூழ்கிப் போனான்!

குடிமனை இல்லாத ஒரு குறுக்கு வழி
யினில் இறங்கி நடந்தால் ஐம்ப
தடி கழியு முன் எதிரே, அதோ கிடக்கும்
பாம்புகள் போல் இரும்புப் பாதை!
இடுகாட்டைத் தாண்டுகையில், இருகையும்
அவனிடுப்பில் இட்டாள் தங்கம்;
'அடி எதற்காய் அஞ்சுகிறாய்? அவை புதைத்த
சவங்கள்!' என்று பொன்னன் சொன்னான்.

பெட்டியினைத் தரைமணலில் வைப்பித்துப்
பிரியமொன்று தூண்ட, அள்ளிக்
கட்டியணைத் தவன் முத்தம் கடிக்குங்கால்,
'கடக்' கென்றோர் சத்தம் என்ன?
நட்டிருந்த கைகாட்டி மரத்தினிலோர்
சிவந்தகனி காயாகிற்று!
'கிட்டியது ரயில் வருகை!' எனப் பிரிந்து,
'கிறுகிறெ'ன்று நடக்கின்றார்கள்.

ஒற்றைவிளக் கெடுத்திருட்டை உடைத்துவரும்
வெளி 'கிடுகிடு'க்கப், பாறாங்
கற்புரண்டு விழுவதுபோல், கடுவேகத்
தொடும் உருண்ட ரயிலைக் கண்டார்;
நெற்றிவிழி திறந்தெறிந்த நெடுநோக்கால்
உயிர்க்காதல் நீறாய்ப் போமோ?
அற்புதம், அக் கடவுள் அவர் காலடியின்
அருகினில்வந் தஞ்சி நின்றான்.

வாயினிலே தான் எடுத்த வழிச் சீட்டைக்
கவ்வி அதோ வாயில் மீதில்,
தாயினையும் மறக்கவைத்த தங்கத்தைத்
தூக்கிவிட்டுப் பொன்னன் ஏறப்,
போயினது ரயில் வண்டி; 'புகுபு'கெனப்
புகை போதல் தெரிய லாச்சு;
கோயிலிலே மணி அடித்துக் கேட்கிறது;
கும்பிட்டார் நெஞ்சுக் குள்ளே.

10

மாட்டுக் கொட்டிலின் பக்கத்தில்
மகளினைக் காணான்; தானே
கூட்டிக் கொண்டிருந்தான் தந்தை
குனிந்து; கொட்டாவி விட்டுக்
கேட்டுக் கொண்டிருந்தான் கேள்வி
கிளிப் பையன்; 'அவள் அடுத்த
வீட்டுக்குப் போயிருப்பாள்
வரட்டும்!' என்றப்பன் சொன்னான்.

'அடுத்தவீ டெதற்குப் போனாள்
அக்காள்?' என்னவும், 'நீ ஓடி
எடுத்துவா பால்க றக்கச்
செம்' பென்றே அவனை ஏவிப்,
படுத்த பாயினைத் தானே போய்ச்
சுருட்டினான்; பால் கறந்தான்;
நடக்கிறான் தோட்டத்துக்கு;
'நானும்' என்றிவன் தொடர்ந்தான்.

இன்னும் தான் விடிய வில்லை.
இருட்டுத் தான்; அடுப்பி னுக்கு
முன்குந்தி ஊதி ஊதி
மூட்டுவாள் நெருப்பை, அந்த
அன்னம்மாக் கிழவியைக் கண்
'டப்பங்கள் பத்து வேணும்'
என்கின்ற சின்னை யன்பால்
'ஏன்?' என்று கிழவி கேட்டாள்.

தோட்டத்துக் கிணற்றுக் கட்டில்,
தொங்கிய முகத்தின் மீது
வாட்டத்தோ டிருந்தான்; அங்கே
வைகறை கிழக்கி தென்று
காட்டிற்றுச் செம்மை சிந்தி;
காலையோ காலை! வாழைக்
கூட்டத்தி னிடையே காற்று
குசுகுசுத் தொளித் தோடிற்று.

தூரத்து ரயிலின் சத்தம்
தொட்டது காதில்; 'இங்கே
பாரப்பூ!' என்று பச்சைக்
கிளி கூவுகின்றான்; பாதிச்
சாரைப்பாம் பொத்த வண்டித்
தொடருக்குச் சாவி தந்தான்!
ஊரைப் பார்த் 'தோகோ!' என்றே
ஒன்பது குதி குதித்தான்.

'அத்தானைக் கூடக் காணோம்;
அவரும் அக்காளும் என்ன,
செத்தாபோய் விடுவார், அப்பு?
சே! எந்தத் திக்கிலேயோ
கொத்தாமற் கிடக்கும் காட்டிற்
குடி ஏறிக், கொள்ளை நெல்லை
கொத்தாக அன்றிக் குன்று
குன்றாகத் தான்கு விப்பார்!'

'அப்படி இருக்கும்; பையன்
ஆரையும் கேட்க மாட்டான்
எப்போதும் நாம் எண்ணாத
எதனிலோ இறங்கு வான்; யார்
முப்பது முறை சொன்னாலும்
முகம் கோணப் பேசான்; சென்று
தப்பேதான் எனினும் என்றும்
தான் நினைத்ததையே செய்வான்!

‘காய்ச்சலும் நுளம்பும் தான்அக்
காட்டினில், என்று நாங்கள்
பூச்சாண்டி காட்டி னாலும்
பொடியளோ பொறுத்தி ருக்கும்?
பேச்சினிச் சனங்கள் பேசும்,
பேசட்டும்!’ என்றே எண்ணி
வாய்ச்சுருட் டெடுத்தெ றிந்து
வாழைக்குட் தந்தை போனான்.

அட்டாளை கிளிக்கோ நீண்ட
ஆராய்ச்சிக் கூடமாச்சு!
கட்டிய துணிமூட் டைக்குள்
கடிதம் கண்டான்; ‘இவற்றைக்
கட்டாடி இடம் சேர்’ என்றும்
‘கல்யாணம் முடிந்த’ தென்றும்
‘கட்டாயம் அடுத்த மாதம்
காணத்தாம் வருவோம்’ என்றும்!

கோப்பிக்குள் பாலை அள்ளிக்
கொட்டினாற் போல், இருட்டைச்
சாப்பிட்ட கிழக்கு வானம்
சரியாக வெளுக்க, வீட்டிற்
கூப்பிட்டுப் பார்த்துவிட்டு
வயற்பக்கம் வேலன் வந்தான்;
ஆர்ப்பாட்டம் கிளி செய்கின்றான்;
ஆம், விசுக் கோத்தைக் கண்டான்!

1962

ஒரு சாதாரண மனிதனது சரித்திரம்

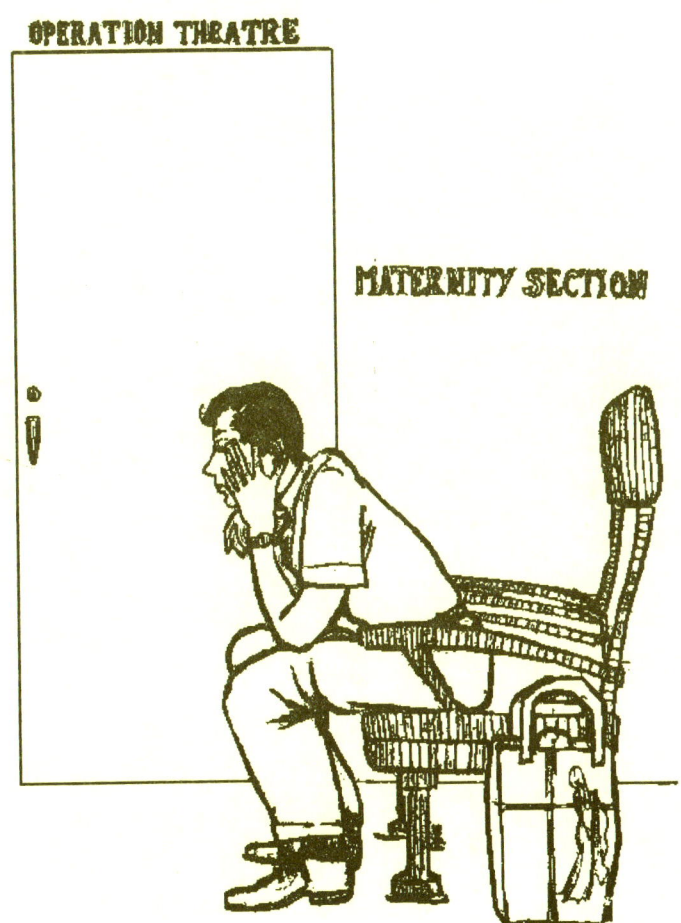

பிறந்தமை

காலை ஒன்று கிழக்கில் விடிந்தது.
கண்ட புட்கள் எழுந்து கரைந்தன.
கோழிச் சேவல் தான் குந்திய மாமரக்
கொம்பில் நின்று குதித்தது, வந்திதோ
வேலுப்பிள்ளையின் வீட்டு விறாந்தையில்
மேலும் கீழும் நடந்து, வெளியிற் போய்க்,
காலில் உள்ள நகங்கொண்டு குப்பையைக்
காதலோடு கிளறிடல் ஆனது.

வீட்டுக் கூரையில் நின்றும் புகைவர
வேண்டுமே, அவ் வடுப்பில் நெருப்பினை
மூட்டுதற்கும் எவர்களும் இல்லையோ?
முன்றில் கூட்டப் படாமல் இருந்தது.
பூட்டி லாத அறைக் கதவின் வழிப்
போதல் ஆமெனில் - அங்கு வெங்காயத்தின்
நாற்றம் மூக்கில் விழுந்திடும். இன்றவை
நாட்கள் ஓடி அழுகி இருந்தன.

சன்னல் அற்ற அறையினுள் உள்ளதன்
சாயல் ஒன்றும் தெரிந்திட வில்லையே.
பெண்ணொருத்தி முனகுதல் கேட்டது.
பிறகிருட்டிற் பழகிய கண்களில்
அன்னை மேனி ஒன்றங்கு புரள்வதும்
ஆடையோ கலைந் தெங்கும் திரள்வதும்
கண்ணிரண்டின் கறுப்பிலே பேரொளி
காலக், கால்கள் எறிந்தொரு காதலி-

வள்ளி யம்மை பெயர்-தன் இடுப்பினில்
வாழ்வு முற்றும் திரண்டு நிரம்பிய
கொள்ளை யான மகிழ்ச்சிக் கருவினைக்
கொண்டு நோவதும் பட்டனள்; மெல்லிடை
விள்ளும் என்னும் படிக்கும் இடந்திடும்
வேதனைக்குள் அமிழ்ந்து துடிக்கிறாள்.
'பிள்ளை' என்ற ஒரு குரல் வந்தது.
பின் தொடர்ந்தவள் நாச்சியார் என்பவள்.

வேலுப் பிள்ளையும்கூட வருகிறான்.
'வெளியிலே கொஞ்சம் நில்' எனக் கூறினாள்.
'பாலுக் கொப்பிவை' என்னவொண்ணா வெள்ளைப்
பழைய கந்தை அறையிலே தேடினாள்.
ஏல வில்லை எதுவும் உதவிட
என்பதால், அவன் கைபிசைந்தான். முற்ற
நீளம் முற்றும் நடந்தனன். அங்கங்கே
நிற்பன்; குந்தில் இருப்பன்; எழும்புவான்.

கேரிக் கொண்டு புகுந்தொரு கோழியோ
கிடுகடுக்கி இருந்த ஒதுக்கிலே
சேரக் கண்டு, கடகம் எடுத்தவன்
சென்றதற்குட் கவிழ்த்ததை மூடினான்.
ஊருக் கெங்கும் பகல்வந் தெறிக்கவும்,
உழவர் ஓடி உழைத்தல் தொடங்கினார்.
வேரைத் தேடிய நீரைநெல் உண்டது.
வெறுமை வெண்முகிலோ நின்று கண்டது.

அறையில் நின்றும் எழுந்த அனுங்கல்கள்
அலற லாகி அடிக்கடி வந்திட,
இறையை நொந்தும் புகழ்ந்தும் இருக்கிற
இந்த மானிடன் சிந்தை கலங்கினான்.
குறை புரிந்தவன் அல்லன் அதிகமாய்
கூடு மட்டும் சரிகள் புரிந்தவன்
முறைகடந்த தவன் வள்ளி நோவுறல்!
முத்துச் சிப்பியை எண்ணிப் பதறினான்.

தறை குளிர்ந்திட வந்த மழையிடைத்
தடபுடென்ற இடியும் விழுந்திடல்
நிறைய உண்டென எண்ணித் திகைத்ததால்
நின்றனன் சிலநேரம்; திரும்பினால்,
நறை கிடந்த முறுவல் அவிழ்ந்தனள்
நாச்சியார் எதிர்வந்து. நடுங்கினான்!
'பறை அறைந் திந்தச் சேதி பகருவேன்
பாரெலாம்!' என ஓர் கணம் எண்ணினான்.

'ஆண் குழந்தை!' என அறிவித்தனள்.
அவன் முகத்தில் வெளிச்சம் பிறந்தது.
'காண்க!' என்றும் அறையுள் அழைத்தனள்.
கரும்பு போன்ற அவள்மொழி கேட்டதும்
ஊண் குறைந்த உடலும் புதியதாய்
ஓங்கி விம்மி உரோமம் சிலிர்த்தது.
வீண் நெடுங்கதை ஆகிய வாழ்விலே
மேன்மை ஒன்று நிகழ்ந்தது கண்டனன்.

ஆரை அந்தக் குழந்தை அழைத்ததோ
அலறி ஓய்தல் இலாமல்! அத் தந்தையோ
நீரை ஒற்றி எடுத்தனன் சால்வையால்,
கண்ணின் நின்று. பின் நின்று நிமிர்ந்தவன்
கூரை தட்டிக் கூதூகலம் எய்தினான்.
குனிந்து வீட்டறை உள்ளே நுழைகிறான்.
'பேரை முத்தையன் என்றுவைப் பேன்' என்றான்
பேரன் பேரை அப் பேறுபெற் றிட்டது.

வளர்ந்தமை

வடலிக் கூடல் எனும் அந்த ஊரிலே
வந்து சேர்ந்த குழந்தை தவழ்ந்து, தம்
படலை தாண்டவும், பார்த்து மகிழ்ந்த தாய்
'பாரன் ஆளை!' என அள்ளி முத்தினாள்.
கடப்பை மீறிக் கிணற்றடி செல்லவும்,
கண்ட தந்தை ஓர் கம்பை முறித்ததன்
உடலிலே படா தோங்கச், சிரித்தவாறு
ஓடிப்போய் அது காலைப் பிடித்ததாம்!

கலப்பை மீதிலே பூட்டிய மாட்டின் முன்
கயிறு பற்றி மகன்குதித் தோடினான்.
இலுப்பை உள்ள இடங்களை நாடிப்போய்
எடுத்த காய்கள் அடித்து மகிழந்தனன்.
உலக்கைப் பூணையும் பூனைபோல் நக்கினான்,
உரலிலே அன்னை எள்ளை இடித்தபின்.
கலக்கினான் மழை பொய்கையிலே, முழங்
காலை மூடும் ஒழுங்கை வெள்ளத்திலே.

ஒல்லி கட்டி இருந்த அரையொடும்
ஓடி மாரிக் கிணற்றிற் குதித்ததும்.
பல்விழுந்த பொழுததைக் கொண்டுபோய்ப்
பாம்புப் புற்றினில் இட்டதும், கீரியை
'நல்ல பல்தருவாய்!' என் றிறைஞ்சிட
நாட்கள் சென்று புதுப்பல் முளைத்ததும்,
புள்ளும் கிட்டியும் கொண்டபடி துயில்
போனதும், தமிழ் வாத்தியார் வந்ததும்....

பள்ளிக் கூடத்தில் பாடம் நடக்கையில்
பாறு அக்கை வளவிலே காய்க்கிற
பிள்ளைத் தென்னையில் ஏறி இருந்தனன்.
பிறகு சாப்பிட வீடு திரும்பினான்.
மெள்ள மெள்ள எழுதல் தொடங்கினான்.
மீண்டும் மீண்டும் ஒ-ள-வை என்றோதினான்.
கொள்ளக் கொள்ள அறிவு, எதற் காவன்னா
கொண்ட தில்லை அரவென ஐயுற்றான்.

தும்பி ஒன்று பறந்தது கண்டு, அதைத்
துரத்திச் சென்று பிடித்துத் திரும்பினான்.
அம்புலிப்பெரு வட்டத்தைப் பார்த்தவன்
அதனை நோக்கி இரண்டுகல் வீசினான்.
தம்பர் என்ற வழியில் நடந்தவர்
தலையில் ஒன்று விழவும் கலங்கினான்.
சம்ப லோடு பழையதை உண்டனன்.
சாமைச் சோற்றின் உருசியும் கண்டனன்.

பேட்டைப் பின்தொடர்ந் தோடிய சேவல்மேல்
பெரிய கோபம் அடைந்தொரு பொல்லோடும்
வீட்டைச் சுற்றிக் கலைத்துத் திரிகிறான்.
வெற்றி இன்றி அலைந்து குலைகிறான்.
ஆட்டு குட்டியின் மேல் அன்பு வைத்தனன்.
அதனை வெட்டிய வேள்வியைக் கண்டதும்,
நீட்டுக் கேள்விகள் தந்தையைக் கேட்டனன்.
நேராய் ஓர்பதில் இன்றிக் குழம்பினான்.

கோயிலுக் கொருநாட் தந்தை தாயுடன்
கூட்டிச் செல்லப் பட்டான். அங்கு விஞ்சிய
நாயனத்தின் குரலை வியந்தனன்.
'நானும்!' என்று நெடுத்த வடத்தினைப்
போய் எடுக்க, அசைந்த பெரியதேர்
போல வீட்டிற் குரும்பட்டி ஈர்க்குகள்
ஆய கொண்டவன் இன்னொன் றிணக்கினான்.
அதை இழுக்கிற இன்பிற் செருக்கினான்.

புத்தகங்கள் படிக்கத் தொடங்கினால்,
புதிய பூமிகள் இங்கு விரிந்தன.
வித்தை என்று மலைத்த பலப்பல
மெல்ல மெல்ல விளங்கிட லாயின.
சத்த கங்கள் இரண்டை அடிக்கவே
சாகிறான் கொல்லன் ஊரில் ஓர் மாதமாய்
முத்தொள் ளாயிரம் கத்தி நகரிலோ
மூன்று செக்கனுக் குள்ளே முடியுமாம்!

மாட மாடிகள் நீள நிறைந்துள
வானவர்கள் உலகை அணுகி அங்கு
ஓடினான் கனவொன்றினுள். ஆண்டவன்
ஒற்றைக் கால்விரல் உண்டு துயில்கையில்
கோடி கோடி அண்டங்கள் சுழன்றன.
கொள்கை கூட அவற்றுள் மிளிர்ந்தன.
நாடுமீள நினைந்து விழிக்கையில்
நாய்களோ கடிபட்டுக் குரைத்தன!

இப்படிப் பல கண்டு வளர்ந்தவன்
இளைய முத்தையன், 'தந்தை இறைக்கிற
உப்பு வேர்வை நிறைய உறிஞ்சியும்
ஊதியம் தரக்கூசும் நிலத்தினைக்
குப்பை மேடென் றொதுக்கிப் புதியதோர்
கோடி கண்டு பெருமை விளைத்திடத்
துப்பிலாதவர் நாமல்ல!' என்னுமோர்
துணிவு நெஞ்சின் அடியில் அடைந்தனன்.

வயலி னூடு வரம்பினில் முத்தையன்
வந்து கொண் டிருந்தான் ஒரு மாலையில்.
அயலிலே புல் வளர்ந்த தறையில், ஆள்
அரவம் கேட்கவும் ஆர்எனப் பார்த்தனன்.
முயல் இரண்டை மடக்கி ரவிக்கையுள்
மூடிஓர் முடிச் சிட்டவள் செல்லி, தன்
மயிரை நெற்றியில் நின்றும் விலக்கினாள்,
மானைப் போல விழித்துக் கலக்கினாள்.

மாரி கால மழைப்பொழு தாதலால்
மண்ணிறைந்தது பச்சை நிறம், நிலம்
ஈரமாக இருந்தது. வானிலே
எங்கணும் முகில் தொங்கி இருந்தது
பாரமாகப் பழுத்துக் கறுத்ததாய்.
பாட்டம் பாட்டமாய் வந்ததோர் கொண்டலோ,
சாரம் உள்ளது வாழ்வென் றிரைந்தது
சாடையாக அவர்களின் காதிலே.

‘செல்லி என்னடி செய்திருந்தாய்?’ எனச்
செப்பினான்; அவன் தொண்டை கனத்தது.
‘நல்லையா பிள்ளை புல்லெனச் சொன்னதால்
நான் செதுக்கி இருந்தனன் வந்து’ என்றாள்.
சொல் பிறந்தது வாயில் இருந்தும், ஓர்
சோபை கண்ணில் இருந்தும் ஒளிர்ந்தது.
மெல்ல ஓர்கணம் நீண்டு வளர்ந்தது,
மேனிகள் புல்லரித்து நடுங்கின.

ஆட்கள் யாரும் அப்பக்கம் வருகிற
அசுகை இல்லை. அவர்கள் இடையிலே
வேட்கை ஒன்று கிளர்ந்து தழைந்தது.
வேதனைகள் விளைந்தன நெஞ்சில். ‘ஏன்
நாட்கள் ஆயின நான் உனைக் கண்டு!’ என
நாலு திக்கிலும் பார்த்தவன் கூறினான்.
வாட்கண்ணோ அவன் தோள்களை நோக்கினாள்
வாய் துடித்திள மார்பு புடைக்கிறாள்.

அடுத்த பங்கிற் சணல்இட் டிருந்ததால்
அஃது மஞ்சள் மலரோ டடர்த்தியாய்
நெடுத்திருக்க, வாய்க்கால் என நீர்புகும்
நீக்கல் ஒன்று தெரிந்தது. இதன் வழி
முடித்த சிந்தைய ளாகக் குனிந்தவள்
முன் நடந்து மறைந்திடல் கண்டு, நின்று
இடித்த நெஞ்சும் இணங்கிய நெஞ்சுமாய்
இளைஞனும் தொடர்ந் தேகி மறைகிறான்.

வெய்யிலோ அவர் சொல்லி வைத்தாலென
மேற்கில் உள்ள வடலியுள் வீழ்ந்ததாம்.
ஐயனாரது கோயில் எதிரிலோ
அன்றைக் கோர்மடை; ஆகப் பறையிலே
செய்யும் ஓசை எழுந்து செவியிடைச்
சேர்ந்து சேர்ந்து திடும் திடும் என்றது.
கையிடைப் பரிசொன்று கிடைக்கவும்
காதல் ஆண்மையைச் சுண்டி இழுக்கவும்...

செய்வ தின்னதென உடல் சொல்லவும்,
'சீசீ!' என்றுயிர் மெல்ல உதறவும்
கொய்து வைத்த நறுங்கனி யின்சுளை
கூந்து கூடக் கழன்றெதிர் கெஞ்சவும்,
வையமோ தன் புறத்தே சுழலுவும்,
வாலிபம் நெஞ்சின் உள்ளே அழலவும்
தெய்வம் ஒன்றெதிர் இட்ட மடைப்பறை
செவியடைந்து திடும் திடும் என்றது.

ஆண்டுகள் பலமுன்பும் அவளுடல்
ஆடையற்றுத் திரிந்தது கண்டவன்
வேண்டு மென்று விரும்பிய தில்லையே!
வேறோர் காலை விடிந்த பிறகுதான்
நாண்டு கொண்டவள் போகும் வழியிலே
நாளும் நின்று நலிந்து திரும்பினான்.
தோண்டி அன்னவள் அன்பு பருகிடத்
தொடர்ந்து சென்று முயன்றும் இருக்கிறான்.

'படும், படும்' என்று பார்ப்பவள் பார்வையும்
பார்த்து வைத்த குறிகையில் எட்டவும்
'விடும்! விடும்!' என்று வீரிடும் உள்ளமும்
'வீணிலோ பொழுதோடும்? விரைந்தெனைத்
தொடும்! தொடும் தொட்டுத் தூக்கிப் பிழிந்திடும்
தொடங்கும்!' என்று கிடந்த உடலமும்
கடுந் தவங்கள் புரிந்து திருந்திடாக்
காளையைத் தனிவேளை உலுப்பவும்...'

நடுங்கு கின்ற கரங்கொண்டு, செல்லியின்
நாரிபற்றி, நிலத்தினில் நின்றிதோ
பிடுங்கி, மார்பு பிதுங்கப் பிடித்து, அவள்
பிறை நிகர்த்துத் தெரிந்த இடையிடை
'நடும், நடும் புதிது!' என்ற துடிப்பிடை,
நாரி சுற்றிப் படர்ந்த சுகிப்பிடை,
திடும் திடும் என்று கேட்ட மடைப்பறை....
திரும்பி ஓடினன்; செல்லி திகைக்கிறாள்.

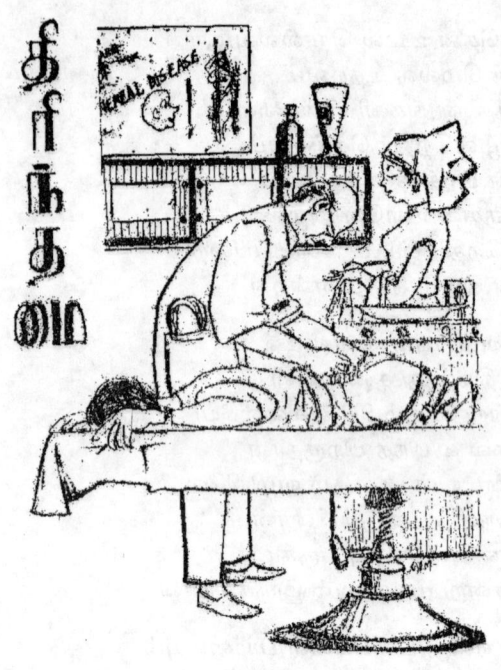

தீர்ந்தமை

கல்லுப் பட்டணம் வந்த இளைஞனோ
கடையின் மேலறை ஒன்றிலே தங்கினான்.
மல்லுப் பட்டு வசுவினுள் எற்றுண்டான்.
மாடிக் கட்டிடம் ஒன்றுள் விழுங்குண்டான்.
வெள்ளைத் தாளில் எழுதி நிரப்பிடும்
வேலை ஒன்றில் அமர்ந்தனன், ஆதலால்
சில்லறை சில மாத முடிவிலே
சேரும்; தாய்க்கும் சிறிதை அனுப்பினான்.

மாலை வேளை கடற்கரை போயினான்.
மனமும் காசும் இருப்பின், படத்தக
மூலையிற் சில நேரம் அமர்ந்து தன்
முன் விரிந்த திரைக்கதை நோக்கினான்.
சாலை நீளம் நடந்து திரும்புவான்
சந்தியில் நின்று கார்களை எண்ணுவான்,
பாலை நம்ப ஒண்ணாத படியினால்
பச்சைக் கோப்பியில் இச்சை செலுத்துவான்.

தாழ்ந்த சாதியள் ஆயினும், ஆண்டுகள்
தனது நெஞ்சின் இடத்தினை ஆண்டு தான்
வாழ்ந்த செல்லியை, வந்தோர் இரவிலே
வல்லியன் கொண்டு சென்றது கேள்வியுற்று,
ஆழ்ந்து சிந்தித்து, 'அது சரி!' என்றனன்.
ஆயினும் சில மாத்திரை உண்டபின்
வீழ்ந்து தூங்கி, விடிய விழித்தனன்;
வேறு சோலிகள் பார்க்கத் தொடங்கினான்.

தோழர் ஞாயிறு காலையில் சூழுவார்
தொடங்குவார்; கடதாசிகள் மேசையில்
வீழும் சேரும் பிறகு பிரிபடும்
விசிறி போல் அவர் கையில் விரிபடும்.
வாழ வேறு வழிஏதும் நல்லதோ?
வாசிக்கச் செய்தித் தாளன்றி உள்ளதோ?
பாழடைந்து பொழுதுகள் போவதும்
பாவம் என்று சிகறற்றைப் பற்றினான்.

கோப்பி எத்தனை நாளாய்க் குடிப்பது?
கொஞ்சக் காலம்தன் கந்தோரிலே சில
மேற்படித் தொழில் ஆற்றி வருவதால்
மிஞ்சக் கண்ட பணத்தின் துணையினால்
சாப்பிடும் முன்னர் மட்டும் இடைக்கிடை
தவற ணைக்குள் மறைந்து திரும்பினான்.
கூப்பிடும் நண்பரோடு திரிகுவான்.
கூத்துக் காணிவல் பார்த்து மகிழுவான்.

குதிரை மீது பணத்தை இடுவது
குற்றம் என்றொரு சட்டமும் இல்லையே!
'அதுகள்' முந்தி வராத படியினால்
ஐந்து பத்தாய் இழந்து வருகிறான்.
குதி உயர்ந்த செருப்பில் நடக்கிற
கோதை மார்களைக் கூர்ந்தவன் நோக்கினால்
அதிரும் உள்ளம் அடக்குதற் காகவே
அவ்வப்போது மணங்கள் புரிகிறான்.

ஆசு பத்திரி வாசல்கள் ஏறுவான்,
அங்கு 'வாரும் அடிக்கடி' என்றவர்
ஊசி குத்தி ஒழுங்குகள் ஓதுவார்.
உடன் திரிந்தவர் பேரும் உசாவுவார்.
'கூசத் தக்க செயல்கள் புரிவதே
கொள்கையாய் அவன் கொண்டனனாம்' எனப்
பேசப் பட்டது கேட்டதும் தந்தையார்
பெரிய காகிதம் ஒன்றினைத் தீட்டவும்-

ஏதுமே பதில் செய்யா திருந்ததும்,
ஏறி வந்து ரயிலில் இறங்கித், தார்
வீதியில் வெறுங் காலோ டலைந்து, இவன்
விடுதி தேடிய தால் வெந்த பாதமும்,
காதல் உள்ள உளமும், குடுமியும்
கண்ணின் நீரும், கடுக்கனும் காதும், ஓர்
மாதம் முற்றும் மழிப்பறி யாததால்
மயிர் நரைத்து வளர்ந்த வதனமும்-

எள்ளுருண்டைகள் அன்னை இடித்ததும்,
என்றும் நம்பி இருந்து வருகிற
பிள்ளை ஒன்றின் பெயரும், அவளினைப்
பெற்றவர்கள் இவனைப் பெறுதற்காய்
அள்ளி அள்ளி வழங்க விழைகிற
அத்தனை பொருளின் பட்டி யல்களும்
சுள்ளி போன்ற உடலும் கொணர்ந்தனர்.
சோதனைகள் முத்தையன் எதிர்கிறான்.

கூட்டிப் போய்த் தந்தை காலுக்கு வாங்கினான்
குதி வலுத்த செருப்புகள்! அன்னவர்
வேட்டி, நாட்டுச் செம்பாட்டில் மிகுந்ததால்
'வெளுத்தல் செய்யும் வினைஞர்' அகத்திலே
போட்டு வேறு புதியது வாங்கினான்.
போய்ச் சலூனில் முகத்தை மழிப்பித்தான்.
வீட்டுள்ளே தந்தையோடு நுழைகிறான்.
வள்ளியம்மை வயிறு குளிர்கிறாள்.

மணந்தமை

வடலிக் கூடல் எனும் அந்த ஊரிலோர்
வைபவம் நிகழ்கின்றது. சிங்கப்பூர்
முதலிக் குட்டியார் முற்றம் முழுவதும்
மூடி நிற்கிற பந்தல் முகப்பிலே
கதலி வாழைகள் நட்டுக் கிடந்தன.
காசிக் கட்டாடி வெள்ளையைக் கட்டினான்.
குடலையிற் சரம் மாலை கொணர்ந்தவன்
கொடுத்து நின்ற குமரையா என்பவன்-

சோடித்தல்தனை ஆரம்பம் செய்கிறான்
சுப்பையாவின் துணையுடன்; பத்தரைத்
தேடிப் பத்து நடைகள் நடந்தவன்
திருவிளங்கன் திரும்பவும் போகிறான்.
கோடிப் பக்கம் விறகொரு வண்டியிற்
கொண்டு வந்து பறிக்கப் படுவதும்,
ஓடி ஓடிச் சமையல் நடப்பதும்
ஒவ்வொருத்தராய் ஊர்வந்து சேர்வதும்...

பூமி கூடப் புதிய விசையுடன்
போய்ச் சுழன்று பொழுதை மறைக்கவும்,
ஆமைபோல இருள்வந்து நிற்கவும்,
அதனை வென்று விளக்கொளி கக்கவும்,
தாமர் வந்து, 'சரி, சரி வாருங்கோ,
சந்தியில் அவர் வந்தனர்!' என்னவும்
சோமர், 'தட்டத்தில் போயிலை வை!' எனச்
சொல்ல, எட்டுச் சிறுவர் பறக்கவும்-

தங்கம்மாள், தமயந்தி இருவரும்
தாம்பாளத் தொடு காம்பில் மலர்கள் போல்,
மங்கையர்க்கவ் வயதில் இயல்கிற
மைய லூட்டும் ஒயிலொடு, மஞ்சள் நீர்
குங்குமத் தொடு சுற்றி எடுக்கவும்,
குனிந்து காட்டிய முத்தையன் நெற்றியில்
திங்கள் ஒன்று சிவப்பாய் விழுந்தது.
சிரிப்புதட்டின் இடையே மலர்ந்தது.

தெய்வயானை எனுமச் சிறுமியோ
சேலை கட்டிச் சிவந்த இடுப்பொடும்
கைவிரல் நெற்றி மேலிட் டிழுத்தொரு
கலசம் நீர் கம்பளத் திலே சிந்தினாள்.
தைவந் தானது, மாப்பிள்ளை வந்தனர்
தான் இனிச் சொர்க்க நாட்டினை ஆள்கிற
தெய்வந் தானென நெஞ்சில் நினைந்தவள்
தேவை யற்று விழி பனிவு எய்தினாள்.

வாலைக் கொஞ்சம் சுருட்டிச் சிறுவரும்
வந்து முன்னடியிற் குந்தி நோக்கவும்,
நீலம், பச்சை, பழுப்புச், சிவப்பென
நிறங்கள் எத்தனை- அத்தனை சேர்ந்தங்கே
சேலைப் பட்டுகள் நின்று சொலிக்கவும்,
சென்று சந்தனம் மூக்கை இடிக்கவும்,
மூலைப் பெட்டகம் ஒன்றைத் திறக்கவும்
முறுக்கு, மோதகம், சிப்பி, மணக்கவும்-

ஐயர் வந்து மணவறை முன்னிலே
'அப்பனே! முருகா' என் றமரவும்,
நெய் தெளித்து நெருப்பினை மூட்டவும்,
நீண்ட தோர் புகை அங்கு கிளம்பவும்,
கையிலே குழல் ஒன்றை எடுத்தவன்
காட்டும் ஓசைகள் கல்லை உருக்கவும்
'தெய்வம் உண்டு துணை!' என மூத்தவர்
செப்ப மாதர் குலுங்கி நகைக்கவும்-

மனையிலே தன் மடக்கிய காலொடு
மன்னர் போல முத்தையன் இருந்தனன்.
'எணை, எணை! எழும்பு' என்றனள் கற்பகம்.
இன்னும் நாலைந்து பெண்களும் வந்தனர்.
துணையை நாடித் துவண்டு விழுங்கொடி
தூக்கப்பட்டும் நடந்தும் அடைந்திதோ
மணவறையின் இடத்தை நிரப்பினாள்.
மறுகணம் மகிழ் வெங்கும் பரப்பினாள்.

காற்றி லாது தணிந்த விளக்கினைக்
கந்தசாமி கையாண்டு துலக்கினான்.
நேற்றை நாளில் நிகழ்ந்த நினைவுகள்
நெஞ்சில் வந்த சுமங்கலிப் பெண்டுகள்
ஈற்றில் ஆண்கள் இடையிலே நோக்கினை
இட்டுத் தேடிய ஆட்களைக் கண்டதும்,
பூத்த மென்மலர் போன்ற முகங்கள் ஓர்
பொன்மை கொண்டு புளகம் அடைந்தனர்.

வேளை வந்தது. வீங்கி எழுந்தொரு
வெல்லும் ஓசை குழலில் விளைந்தது.
நீள நீளக் குமுக்காக் கணேசு தான்
நேர வானை விழுத்த முழக்கினான்.
தாளக் காரனும் தட்டினன் ஊன்றி! அத்
தையல் பால்ஒரு தாலியைக் கட்டினான்
காளை. பின்னர் களிப்பொடு பந்தியிற்
கால் மடித்தந்த ஊரே அமர்ந்தது.

இணைந்தமை

கல்லுப் பட்டண வீதியின் சிக்கலுள்
'கால மாவத்தை' என்கிற தோர்இழை.
நல்ல வேளை இரவு. தெருப்புறம்
நனைந்த வாறொரு நொண்டி துயில்கிறான்.
சில்லறைத் துளியாக விழுந்துமே
சேறு செய்யும் சிறுமழை. சாக்கடை
உள்ளிருந்து வெளிப்பட்ட தோர் எலி!
ஓடி வீட்டறை ஒன்றுள் நுழைந்தது.

சத்த மிட்டொரு சட்டி புரட்டி, ஓர்
சருவத் துள்ளே குளித்தெட்டிப் பார்த்ததை
நித்திரைகள் மறந்து மெலிந்த தன்
நீண்ட மேனி சுருண்டு கிடந்தவன்
முத்தையன் விழி கண்டு, நிமிடமோர்
மூன்றின் உள்ளே தெளிந் தெழுந்தான். அரும்
புத்தகங்கள் இடையே புகுந்தது.
போய்அவ் வாலிலே பற்றி இழுக்கிறான்.

குற்றம் ஏதும் கருதிட லன்றியே
கொள்கை வேறுகள் கொண்டு நுழைந்ததைச்
செத்திடும்படி ஓங்கி எறிந்தனன்.
ஆகவே அது செத்திட லானது.
பத்து நீண்ட கணங்கள் அதனையே
பார்த்த வண்ணம் இருந்து, படுக்கையின்
மெத்தை மீது சரிந்தனன், காதலி
மெல்ல மெல்லிடை நொந்து புரள்கிறாள்.

கிடுகிடுத்ததச் சிற்றறை ஓர்கணம்.
கிட்ட உண்டு ரயில் செல்லும் பாதைகள்,
கடகடத்துக் கனத் தெந்தச் சாமமும்
காதடைத்தவை ஓடும், தெய்வானையோ
நடுநடுக்கம் அடைந்தவள் மாதிரி
நாதனின் முதுகோடு மிடைந்தனள்.
வெடவெடத்தனன் முத்தையன். ஆயினும்
மெள்ள வீட்டவள் நெற்றியின் பொட்டிலே-

முத்தம் பாதி பதித்தனன்; இப்படி
மூன்று மாதம்! இவைபெரும் காதலின்
முத்திரைகள் என அவள் கொள்ளினும்,
முறுகி நின்ற குமரி உடலெனும்
வித்தையான அவ் வீணை எடுத்தவன்
மீட்டி ஓசைகள் காட்டத் தயங்கவே,
பித்தடைந்து பிழைதனதோ எனப்
பேதை அஞ்சிக் கண் ஈரம் உறுகிறாள்.

இடையிலே ஒரு பொய்! கண் இடுக்கிலோ
எத்துணைப் பெரும் உண்மைகள்! உண்மையாய்க்
கடையிலே இவை கொள்ளக் கிடைக்குமோ?
காதல் வீதியிற் காலிற் தடக்குமோ?
இடையிலே புகுந் தென்ன பிளக்குமோ
இனிய மெய்கள் இரண்டினை? நாயகன்
கொடையும் கொள்ளலும் இன்றித் தனியனாய்க்
குந்திக் கொண்டு புகையை இழுப்பதோ!

புகைகள் மோதிரமாக மிகுந்தவை,
போய் முகட்டிற் சிதைந்தன. போதிய
வகையிற் காற்றவ் வறையில் இருந்தது
வாழுதற்கு! வலிய அணைத்தவள்
'மிகவும் ஏங்குவதென்ன?' என் றேங்கினாள்.
விம்மு கின்றனள்கூட, முத்தையனோ,
தகவல் ஏதும் தருதல் தவிர்த்தவன்,
தானும் கண்கள் நனைந்தது காட்டினான்.

'நமக்கிடைச் சில என்பழி நின்றன;
நல்லை, தூங்கு! தனித்துத் தவித்து நான்
சுமக்கும் இந்தத் துயர்களைத் தாங்கிடத்
தோள் சிறுத்தனை!' என்று மழுப்பினான்.
இமைக்குள் நின்று துளிகள் உதிர்ந்தன.
இரண்டு நாழிகை நீண்டதோர் கூச்சலோடு
அமர்க்களம் செய்து வண்டி ஒன்றோடவும்
அறையும் அந்தப் பொழுதும் குலுங்கிடும்.

'பட்டணத்தில் தெருக்கள் பலப்பல;
பாதை கண்டு பிடிப்பது பஞ்சி, நான்
துட்டனல்லன்!' எனப்பல சொல்லி ஓர்
துன்பத் தோடவள் கண்ணுட் துழாவினான்.
பெட்டை, நேர்ந்த பிழைகள் எதனையும்
பேணலின்றி, மெய் பேணினள் போலவே,
கிட்ட மேலும் நகர்ந்து கிடந்து, அவன்
கெஞ்சுகின்ற விழிகளைக் கெஞ்சுவாள்!...

கடகடத்து ரயில்கள் உருண்டன.
காதிலே படவில்லை! எனினும் அங்கு
உடலிடத்தில் உடல்பட முன்னரே
ஓடி வந்திருள் ஓட்டி, நகரிலும்
விடிய லுற்றது காலை, எதிர்ப்புற
வீட்டின் யன்னல், பளிச்சிட, வீதியிற்
கடை திறந்தன. கண்கள் கலந்ததாற்,
கணவனும் மனை யாட்டியும் ஆயினார்!

சிறந்தமை

தெய்வயானை சமைத்த உணவுகள்
தித்திப்பாக இருந்தன. அந்தப் பெண்
கைபட்டால் வெறுங் கத்தரிக்காய் சுறாக்
கறியைப் போல அமைந்தது. காதலி
நெய்விட்டாள் பருப்போடெனில், ஆம் அதன்
நேர்த்தி பேசிட வார்த்தைகள் கிட்டுமோ?
ஐயனோ தன் வயிற்றின் அளவிலே
அங்குலங்கள் வளர்த்திட லாயினான்.

வெண்டிக் காயையும் உண்டு பயில்கிறான்,
வெள்ளி நாட்களில் மீன்சந்தை செல்வதைக்
கண்டித்தாள்-ஒத்து நாயனம் ஊதினான்.
காலை எட்டு மணிக்குள் எழும்பினான்.
தெண்டித்தால் முடியாததும் உள்ளதோ?
தேவைப் பட்டதெட் டாமலும் போவதோ?
நண்டைக் கூடச் சமைக்கப் பழகினாள்!
நன்றி யோடவன் தின்று புழுகினான்.

கந்தோர் விட்டதும் வீடு திரும்பினான்-
கால் கடுக்க வரிசையில் நிற்கையில்,
சிந்தையாற் தெய்வ யானையைச் சுற்றினான்.
சில்லறை இருந்தால் லட்டு வாங்கினான்.
முந்திப் போன தெருக்கள் எதிர்ப்படின்,
மூக்கைப் பொத்தி முடுக்கைத் திரும்பினான்.
சந்தியிற் கடைச் சேலையை நோக்கினான்;
'சம்பளம் வந்த பின்' என்று சாற்றினான்.

'கல்கி வாங்கி அளித்தவன், தானுமே
கதைகள் கண்டு படித்தல் தொடங்கினான்.
பல்கி நீண்டு பருத்துப் பெருத்தொரு
பத்து மாதத்தின் மேலும் தொடர்ந்துதான்
செல்பவற்றையும் சேர்த்து விழுங்கினான்.
சிறிது காலம் அகன்று, கவிதைகள்
சொல் குறைந்து, சுடர்ந்து துடிப்பதாய்ச்
சொல்லக் கேட்டுத் துணிந்ததில் வீழ்கிறான்.

தொட்ட போது சுவைத்தவள், வீட்டுக்குத்
தூர நின்று விழிக்கடை மீதிலே
பட்டபோதும் புளகிக்க வைத்ததைப்
பார்த்து, வாழ்வு பலித்ததென் றோர்கிறான்.
கட்டிலோ நெடுங் காவியம் ஆய்கிற
கழகமாக அமைந்து, விரிந்திட
மட்டிலாமை எனும் பொதுத் தத்துவம்
மனித னுக்கும் பொருந்துதல் தேர்கிறான்.

தாய்க்கு நாரி உளைவு மருந்துகள்
தந்தையர்க்குக் கடிதம் அனுப்பினான்.
வாய்த்த நண்பர் சிலர்க்கும் விருந்துகள்
வைத்து வாழ்வை அகலப் படுத்தினான்.
காய்த்த மாமரம் போலக் குலுங்கிய
காலம் ஒன்று குறுகிட, வீதியில்
போய்த் திரிந்து, தெரிந்து, பெரியதாய்ப்
புதிய வீடொன்று வாடைக் கெடுக்கிறான்.

அடகு வைத்த நகைகளை மீட்டனன்.
அப்பன் முந்தி இரத்தினத் தாரிடம்
'பொடியன் நாளை படித்தபின் மீண்டிடிற்
போதுமே' என ஈடுவைத் திட்டதோர்
திடலை மீண்டுதன் நெஞ்சு நிறைந்தனன்.
'சிவன் செயல்' கண்டு தந்தை வியந்தனன்,
'உடம்பை நீ கவனித்திடல் வேண்டும்' என்று
ஒன்பதாம் முறை பெற்றவள் ஓதினாள்.

காணி மீண்ட கதையினைக் கேட்டு, அவன்
காசடிக்கிற தாகச், சிலர் முகம்
கோணி நோக்கி அறைந்தன காதிலே
கொண்டு, முத்தையன் நின்று விறாந்தையின்
தூணினோடு சரிந்து துயர்ந்தனன்.
தொடர்ந்து நாழிகை போய்க் கொண்டிருந்தன.
'வீணில் நோதல் எதற்கு?' என வீட்டவள்
மெல்லச் சென்று சிரிப்புகள் மூட்டினாள்.

மூட்டை என்றுதம் கட்டிலின் மெத்தையை
முற்றத்தே வெயில் பட்டிட இட்டனர்.
வீட்டுக் கூரையில் ஒட்டறை கண்டு அதை
விளக்கு மாறுகள் கொண்டு துடைத்தனர்.
பாட்டை வைத்தனள் வானொலி மீதிலே
பாவை, அஃது பழையதோர் பாடலே,
'நாட்டை போலும்!' என இரு காதினை
நாற்காலிக்குள் அமர்ந்தவன் நல்கினான்.

வானம் ஓடிக் கறுக்கும் ஓர் காலையில்,
வைகறைகள் பிறக்கும் ஓர் மாலையில்,
போன கால்கள் சறுக்கும் ஓர் பாதையில்
பொலிவு கொண்டு சிறக்கும் ஓர் வீதியில்,
கான கத்தை நிகர்க்கும் ஒரு துறை
ககன வாழ்வை ஒறுக்கும் ஒரு நிலை,
தீநிகர்த்துச் சுடும், குளிர் வித்திடும்.
தித்திக்கும் கசக்கும்பல உற்றனன்...

வடலிக் கூடல் எனும் அந்த ஊரிலே
வயலைக் கிண்டி இருந்தனன் தந்தை, நெல்
நடுகைக் காக மழைஒன்று பெய்ததால்,
நாலு நாளாக நெஞ்சு வலிப்பினும்
உடலைப் போற்றிப் புகுந்தொரு மூலையில்
உழவை விட்டும் உறங்கிக் கிடப்பதோ?
கிடுகைப் பின்னி இருந்தனள் இல்லவள்
சொல்லி விட்டுக் கிளம்பி நடந்தனன்...

கல்லுப் பட்டணம் என்ற நகரிலோ
காலை எட்டு மணிஅடிக் கின்றது.
'நில்லும் என்னொடு வீட்டினில் இன்று; நாம்
நேர்ந்து நோன்பு நெடுக இருந்ததால்,
'இல்லை' என்ற பெயர் இனிப் போய்விட
இருந்தது!' என்று தெய்வானை மொழிந்தனள்.
மெல்லக் கேட்க விரும்பின கேட்டவன்
'விடிந்ததோ மறுவாழ்வு' என்று பூரித்தான்!

வேலுப்பிள்ளை கரத்திலே கொண்ட மண்
வெட்டியின் பிடி விட்டுத் தளர்ந்தொரு
நாலைந் தெட்டு வருந்தி நடந்து போய்,
நடு வரம்பில் விழுந்து கிடக்கிறான்.
மேலுக்கோ சிறு வெய்யில் எறித்தது
மென்மையாக, இரங்கிற்றுப் போலவே.
காலைக் கையை உதறிப் பதறி, ‘என்
கடவுளே! என்று கூறிச் சுருள்கிறான்.

தெய்வயானையைத் தாய்மை யகததிலே
சேர்த்து விட்டுச், சிகறற்றை மூட்டித், தன்
கையினால் மயிர் கோதி, முத்தையனோர்
கதிரைமீதினிற் காத்திருந்தான், குளிர்
பொய்கை ஒன்றிற் குளிப்பது போலவும்,
போதை ஒன்றில் மிதப்பது போலவும்,
மெய்மறந் திருந்தான்; தெய்வ யானையோ
வேர்த்து வேர்த் தயர்ந்தாள் அறை ஒன்றுளே

வள்ளியம்மை, கணவனை நாலுபேர்
வயலினின்று சுமந்து வருதல் கண்டு,
உள்ளம் ஓடி விறைத்து, ‘எது நேர்ந்ததோ,
ஓ!’ வென் றோடினள் பார்க்க -அவர்களோ
‘தள்ளு, தள்ளு! தண்ணீர் எடு செம்பிலே,
தருமு, பாயை விரி’ என்றவதியோடு
உள்ளே கொண்டு புகுந்து வளர்த்தினர்
‘உயிர் இருக்கு!’ என்று தாமர் தெரிவித்தார்...

முத்தையன் நின்ற கூடத்திலோ, அவன்
முன் நடந்தொரு தாதிவந்தாள், ஒரு
பத்திரத்தைக் கொடுத்து, அவன் ஒப்பமே
பெற்றுக் கொண்டு, பளிச்சென்று போயினாள்.
சித்திரத்தில் வரைந்த சிலையெனச்
சென்று மீண்டும் கதிரையிற் சாய்ந்தவன்
ஒற்றிஒற்றி வியர்வை துடைக்கிறான்.
ஒவ்வொன்றாய்ப் பல எண்ணிக் கலங்கினான்.

திருவிளங்கன் பரிகாரி யாரொடும்
திரும்பு கின்றனன். வந்தவரோ சிறு
முறுவல் ஒன்று புரிந்தவர், மீண்டும் அம்
முகத்தில் ஏற்ற கடுமையைக் காட்டிப், போய்
அருகிலே அமர்ந்தார், வேலுப் பிள்ளையின்
அசந்த கையினைப் பற்றினர். பின்னர் தம்
மருந்துக் கிந்த வியாதி பற்றாதென
மற்ற வர்க்கு மறுமொழி கூறினார்...

பட்டணத்தில் அத் தாய்மை அகத்திலோ
பால் நிகர்த்த உடைகள் அணிந்தவர்
கிட்ட நிற்க, ஓர் மேசையின் மீதிலே
தெய்வயானை கிடந்தனள் சோர்ந்து, இதோ
வெட்டுகின்றனர்; கீறினர் மேனியை.
வேறு செய்தோர் உயிரை எடுத்தனர்.
கட்டுகின்றனர் மூடிச், சுவரிலே
காலமோ டிக்கு டிக்கென் றடித்தது.

ஊரிலோ வேலுப்பிள்ளை உடலினை
ஒப்படைக்க மறுத்து, யமனுடன்
போர்த்தொடுத் திருந்தார் பரிகாரியார்.
வள்ளியம்மை கணவனின் போர்வையை
நேர்படுத்தி, அருகில் இருந்து, தன்
நெஞ்செலாம் வெறும் புண்ணாகி வெந்தனள்.
ஆர் தடுத்தும் அவனை விரட்டுதல்
ஆகுமோ? அங்கு காலனே வென்றனன்.

வேலுப்பிள்ளை இறந்தனன் ஆதலால்
வீரிட டோலம் எழுந்தது வீடெலாம்.
காலுக்குள் வந்த சேவல் பயந்துபோய்க்
கத்திக் கத்தி ஒழுங்கையில் ஓடிற்று...
கால தேவன் திரும்பிடும் முன்னரே
கல்லுப் பட்டணத் துள்ள ஒருவனோ
'வேலுப்பிள்ளை பிறந்தனன்!' என்று, அதன்
மென் விரல்களைத் தொட்டுச் சிலிர்க்கிறான்.

நடந்தமை

கடகடத் தந்த வண்டி விரைந்தது,
கண்ணிரண்டையும் மூடிய மாதிரி.
இடம் முழுக்க வெளியில் இருட்டிடை
என்ன கோலமும் அற்றுக் கிடந்தது.
கடலடுத்த கரையில் உருண்டதோ?
காட்டி னூடு குடைந்து நுழைந்ததோ?
தட தடத்தது பாலத்தின் மீதிலோ?
தானியத்து வயல்களின் ஓரமோ?

மூட்டை பெட்டி படுக்கைகள் கொண்டு, அது
முட்ட மக்கள் நெருங்கி இருந்தனர்.
பாட்டை நீண்டு தொடர்ந்து வளர்ந்தது.
பார்வைக் கெட்டுப் படாது விரிந்தது.
ஈட்டி கொண்டு மனிதரைக் கிண்டிட
இடுக்குகள் தொறும் ஈண்டி இருக்கிற
மூட்டைக் காக அவ்வண்டி சமைந்ததோ!
முதிய மானிடர் தம்மைச் சுமந்ததோ?

விழுந்த தாவணிப் பட்டை எடுத்திதோ
மேடிரண்டினை மூடும் மடந்தையோ
நெளிந்தனள்; தகிந்தாள்; நெகிழ்ந்தாள்; அயல்
நின்ற ஆடவன் மீது சரிந்தனள்.
குழந்தை ஒன்றுதன் அன்னை மடியிலே
கொடுகிக் கொண்டு கிடந்து துயில்கையில்,
எழுந்த இன்பப் பெருங்கன வொன்றுளே
என்ன கண்டுதன் கன்னம் குழிந்ததோ?

ஆட்டம் போட்டுக் குலுக்கிய வண்டியோ
அவதிப் பட்டுக் களைத்துப் பறந்தது.
மேட்டைக் கண்டு துளைத்துப் புகுந்தது.
வெள்ளம் கண்டு வளைத்துக் கடந்தது.
நாட்டைச் சுற்றி நகைத்துத் திரிந்தது.
நகரிற் சற்று நிறுத்தித் தொடர்ந்தது.
வீட்டைத் தேடி அடையத் தவித்ததோ?
விழலுக் கோடி முடியத் துடித்ததோ?

நீட்டுத் தாடி உடைய கிழவனோ
நெடுக மார்பு வெடிக்க இருமி, ஓர்
வீட்டுக் காரி அகன்ற நினைப்பையோ,
விடியற் காலை நிகழ்ந்ததையோ, அசை
போட்டுக் கொண்டு பொழுது கழிக்கிறான்.
போகும் பாதையின் மீது தனதிரு
நாட்டம் வைத்தொரு பள்ளிச் சிறுவனோ
நாளை வாழ்வினை நீள நினைக்கிறான்.

அங்கங்கே வெளிச்சங்கள் மினுங்கின.
அவைகள் அந்த வழியில் அகங்களில்
மங்கை மார்கள் கொழுத்தும் விளக்கமோ?
மட்டிலாத வெளியின் உடுக்களோ?
சங்கை ஊதிற்று வண்டி. நிலக்கரி
சாம்பிராணியைப் போலே புகைந்தது.
தம்கருத்துப் படியன்று, இறைவரோ
தண்ட வாளத்தின் மீதே செலுத்தினார்!

தெய்வயானையும் முத்தையனும் புது
வேலுப்பிள்ளைச் சிறுவனும் ஓர்புறம்
கைகள் மீது தலைகளைத் தாங்கி, நீள்
கனவு கண்டும் விழித்தும் இருந்தனர்.
'பொய் கிடந்ததிவ் வையகம்' என்றொரு
புதிய செய்யுளைத் தாடியர் பாடினார்.
'உய்வம்!' என்றே முகட்டு விளக்கினை
ஓடி ஆயிரம் ஈவலம் வந்தன.

தாயகத்தை அடையச் சென்றார் சிலர்,
தமை மறக்க முயலு கின்றார் சிலர்.
போய் இலக்கை அடிக்க நின்றார் சிலர்.
புதியவைகள் விளைக்க வென்றார் சிலர்,
நோயினுக்கு மருந்தகம் சேரவே
நூறு காத வழிகடந் தார்சிலர்.
கோயிலுக்குப் புகல் சிலர் எண்ணினார்
குழிகளுக்குள் விழச் சிலர் நண்ணினார்.

சாளரத்தின் வழிச்சிலர் நோக்கினார்
'சரி விடிந்திடும்!' என்று நின்றூக்கினார்.
கோள்களிற் சிலர் தம்விழி போக்கினார்
'கொள்கை ஒன்றை அனைத்திடைத் தேக்கினார்,
ஆள்வர்' என்றே அறங்களைத் தூக்கினார்.
அற்புதத்தின் திரைசில நீக்கினார்.
'வீழ்க!' என்று மடமையைத் தாக்கினார்
விந்தைப் பாடல் சில சிலர் ஆக்கினார்.

அறுபதாண்டுகள் ஓடினன், தன் அரும்
அப்பன் தந்த உயிர்களைக் கொண்டு, இதோ
குறுகி மேனி குடங்கி முடங்கிற்று
குப்பை மேட்டில் முடங்கிட முந்திற்று.
இறுகு கின்றதோர் நெஞ்சினன்; அன்னையை
இட்டுச் செல்ல மகன்இனி உள்ளனன்.
சிறுவனைத் தெய்வயானையை வண்டியிற்
திகைக்க விட்டு முத்தையன் எழுகிறான்.

இறந்தமை

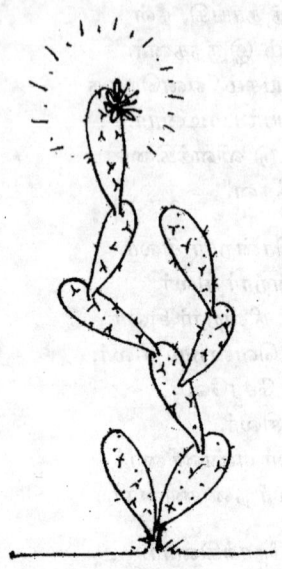

வடலிக்கூடல் எனும் அந்த ஊரிலே
வந்து வாழ்ந்த ஒருவன் எழுந்து, தன்
படலைக் கிட்ட படலைக் கடக்கிறான்
படுக்கை மீதிரு கைகளும் சோர்ந்து போய்
உடலினோடுயிர் அற்றுக் கிடந்தன.
உற்ற நோயை உணர்ந்து துடிக்கவும்
இடமிலாமல் உடம்பு களைத்ததால்,
இட்ட பாட்டில் இசைந்து கிடந்தது.

தெய்வயானை அவன்தலை மாட்டிலே
சிலை நிகர்த்திடச் சில்லிட் டிருந்தனள்.
கைவிரல்கள் தொடர்ந்து பதறின.
கால் இரண்டும் நடுங்கும், கழுத்திலே
ஐயர், உற்றவர், ஊரவர் முன்னிலே
அன்று கட்டிய தாலி அசைந்தது.
சைகை ஒன்று புரிந்தனள்; கண்டு போய்த்
தாயொடும் வேலுப் பிள்ளை அமர்ந்தனன்.

சுமைகள் போல இரண்டு விழிகளைச்
சூழ்ந்து மூடிக் கிடந்து கனக்கிற
இமைகள் பாதி திறக்க முயன்றனன்,
இளைத்த மேனி முழுத்திறன் கொண்டு; உளம்
குமைய வல்லது கொஞ்சம், உதடுகள்
கூற வல்லன அல்ல எனினும், ஓர்
அமைதி வந்து படிந்திட நின்றதே
ஆயினும், விழி சற்றே விழித்தன.

வேலுப்பிள்ளைச் சிறுவனின் கண்களை
மெல்ல நோக்கி விடைதர வேண்டினான்.
தாலி பற்றிப் பிடுங்கி, மனைவியோ
தலை குலைந்து விழுந்து புரள்கிறாள்.
காலிற் பட்ட கரங்கள் தெரிகிலாக்
கணவனல்ல - ஓர் கட்டை கிடந்தது!
மேலுக் கென்ன? விரைந்தவ் வயலவர்
வேறு வேறு செயல்கள் முனைந்தனர்.

காசிக் கட்டாடியின் மகன் வெள்ளையைக்
கட்டினான். கந்த சாமியின் மூத்தவன்
வாசற் பக்கத்தில் நின்று, வர வர
வந்தவர்க்குச் சுருட்டு வழங்கினான்.
பாசம் செய்கிற ஓலம் எழுந்தது.
பறையிலே கம்பு பட்டூர் அதிர்ந்தது.
தோசை சுட்டதைப் பாதியில் விட்டனள்;
தொண்டை ஓர்கணம் சொல்லிக் கடைத்தது.

தந்தை போய்விட மீந்த தனயனைத்
'தம்பி வா!' எனத் தாமர் அழைத்துப் போய்க்
குந்திலே ஓர் புறத்தில் அமர்த்திப், பின்
கூற வார்த்தைகள் இன்றிக் குழம்பினார்.
எந்தவாறு நிகழ்ந்த தெதுவென
எண்ணொணாது தகர்ந்து சிதறிய
சிந்தை யோடு தனித்த தன்தாய் அதோ,
சிந்துகின்ற கண்ணீர் இவன் எண்ணினான்.

பாடை தோளில் எழுந்தது, ஒழுங்கையைப்
பையப் பைய நடந்ததோர் ஊர்வலம்
ஆடை யற்று வெறித்துக் கிடந்ததோர்
அறுவடைப்பின் வயலைக் கடந்தது.
சாடையாக ஓர் தூறல் விழுந்தது.
சந்தை, சங்கக் கடைகள் நகர்ந்தன.
வாடை ஒன்று குளிர்ந்தது. பள்ளியும்
மாரி அம்மனின் கோயிலும் சென்றன.

வடலிக் கூடல் எனுமந்த ஊரிலே
வந்து வாழ்ந்து முடிந்தவர் செல்கிற
சுடலைப் பக்கம் திரும்பிய தூர்வலம்.
சோகத் தோடொரு நாய் ஊளை செய்தது.
கடலின் ஓலமும் காற்றோடு வந்திரு
காதிற் பட்டது. கள்ளியின் முட்களின்
இடையிற் கூட ஓர் பூமலர்ந் துள்ளதே!
ஈச்சை காய்த்துக் குலுங்கிக் கிடந்தது.

காலிற் தைத்தது காரைமுள் தான்! அதைக்
கவனியாது தொடர்ந்தடி வைத்தனன்
வேலுப் பிள்ளை. அம்மேட்டை அடைந்தனர்.
விறகடுக்கி இருந்த படுக்கையின்
மேலுக் கேறிடும் முத்தையன் நீக்கிய
வெறும் பிணத்தின் உயிரை நிகர்த்தவன்-
தோளில் முட்டி சுமந்து, தன் தந்தையைச்
சுற்றி மூன்று முறைகள் நடக்கிறான்.

அள்ளித் தூக்கி அணைத்து வளர்த்தவன்.
ஆவதற்கு வழிபல காட்டித், தன்
பிள்ளைப் பேச்சைக் கடிந்தும் உவந்தவன்
பெற்றெடுத் தவன் மேனியின் மீதிலே
கொள்ளி யிட்டுக் குனிந்து திரும்பினான்.
கொழுந்து விட்டெரிகின்றது! பேரொளி
வெள்ளமாய் ஓர் பகல் தொடராது கொல்?
மேற்கிலே ஒரு மாலை மடிந்தது.

1965

...
அன்று பிறந்து
இன்று இறப்பதுள்
ஆயதன்று நம் மானிட வாழ்வுகாண்.
அப்பனே மகனாகி
வளர்ந்து
உயிர் ஓய்தல் அற்று
உயர்வு ஒன்றினை
நாடலே உண்மை...

கண்மணியாள் காதை

कृष्ण नामचि महिमा

முன்னுரை

உழுதனம்; விதைத்த தாலே
உயர்ந்தன பயிரின் கூட்டம்
தொழிலினை வளர்த்த தாலே,
தொடர்ந்தன பயனின் ஈட்டம்,
விழுதுகள் விடுத்த ஆல் போல்
விண்ணுயர் கோயில் கட்டித்
தொழுதனம்; கலைகள் என்று
தொடக்கினாய் தாயே, வாழி!

மூத்தவர், சான்றோர், யாவும்
முறைமையாய்ப் பயின்றோர், பாக்கள்
யாத்தவர் அளித்தோர், 'நாளும்
யாகம் வேறில்லை!' என்று
வேர்த்தவர், உழைப்போர் முன்னே
விசரன் போல் எழுந்து பாடும்
நாத்தடிப் புடையேன்; என்னை
நாடு மன்னிக்கு மாக!

1
முதலாம் கூறு
வெண்ணிலவு

ஈழ நாடே-எழில்-சூழும் நாடே!

சங்குகள் முழங்க முத்து
எறிந்திடும் கடற்கரையில்
நங்கையர் நடந்தவை
உதைந்திடும் சதங்கை ஒலி!
பொங்கும் உடலங்கள் தர-
ளங்களில் நடம்பயிலச்,
செங்கை வளையல்களோடு
கிண் கிணி குலுங்குவன!
ஈழ நாடே -எழில் - சூழும் நாடே!

காடழித்து நாடெழுப்பி,
மேடுமலை சாடி, நெடு
வீடு, அடுக்கு மாடி, கடை
வீதி, தொழிற் சாலை கட்டிப்
பாடுபடும் ஆடவர் தம்
ஈடெடுப்பில் லா துலவி,
ஆடும் இளம் பேடுகளை
ஊடிய பின் கூடிடுவார்!
ஈழ நாடே-எழில்-சூழும் நாடே!

தேயிலை செழிக்கும் மலை;
தென்னைகள் விளைப்பதொடு
போயிலை தழைக்கும் நிலம்;
போதிய கிடைக்கும் நகர்;

வாயிலிற் கிடக்கிறது,
வாழை; பல நூறு கலை
தோய, வளரும் தமிழை
ஆய, விழா வாயிரமே!
ஈழ நாடே - எழில்-சூழும் நாடே!

2

'யாழைக் கொணர்ந்திங்கு மீட்டியதால், ஒரு
யாசகன் மன்னனிடம் இருந்தோர்
பாழைப் பரிசு பெற்றான்!' எனக் கூறிடும்
பண்டைப் பழங்கதை கேட்டதுண்டு-
பாழைப் பரிசு பெற்றாலும், அப் பாலையைப்
பச்சைப் படுத்திப், பயன் விளைத்து,
வாழத் தொடர்ந்து முயன்றதனால், இன்று
வையத் துயர்ந்தது யாழ்ப்பாணம்!

'ஆழக் கடலுள் ஆமிழ்ந்தனவே எங்கள்
அன்றைப் பெரும்புகழ்; ஆதலினால்,
வீழத் தொடங்கி முடிந்தனவாம் பல
விந்தை!' என்றோர் கதை வந்ததுண்டு-
வீழத் தொடங்கிய விந்தை முழுவதும்
மீட்டுக் கொடுத்த பெருமையிலே
'ஈழத் தமிழகம்' என்று நிலம் தனில்
இன்று நிமிர்ந்தது யாழ்ப்பாணம்!

'ஆறு நடந்து திரிந்து வயல்கள்
அடைந்து கதிர்கள் விளைந்திட, வான்
ஏறி உயர்ந்த மலை எதும் இல்லையே!'
என்ற ஒரு கதை சொல்வதுண்டு-
'ஏறி உயர்ந்த மலை இல்லை ஆயினும்
என்ன? இருந்தன தோள்கள்!' என்றே
கூறி, உழைத்த பின் ஆறிக் கலைகளில்
ஊறிச் சிறந்தது யாழ்ப்பாணம்!

3

காவலர்கள் ஆண்ட நிலம்;
கவிஞர்கள் பிறந்த புலம்;
நாவலர் நடந்த தரை;
நல்லவர் விளைந்த தறை;
சேவலோடெழுந்து வயல்
சென்று ழைப்போர் வாழும் அயல்;
'மாவை' என்ற ஊர்ப்புறம் ஓர்
மணவிழா எழுந்த தம்மா!

கை வளையல் தாம் அனுங்க,
கண்களில் மயல் மினுங்க
'ஐய நுண்ணிடை வணங்க',
அன்பனை ஓர் நங்கை கொண்டாள்-
'தெய்வம்!' என்று தான் மதித்தாள்.
'தேவி!' என்றவன் வரித்தான்.
செய்து வந்த ஓர் தவத்தால்,
சேயிழை உடல் பருத்தாள்.

பெருத்த பிரமன் பிடித்துப்,
பேதை வயிற்றைப் பிதுக்கி
நெரித்து, விழுத்திப் படுத்தி,
நேர்ந்த உயிர் பிய்த் தெடுக்க,
உரத்து முக்கினாள், உழன்றாள்;
உடம்பு துடித்துப் பிளந்தாள்;
மருத்துவச்சி கை கொடுத்தாள்;
வாழ்க, செல்லையன் பிறந்தான்!

4

தடுக்கினிலே செல்லையன் படுத்திருந்தான்.
தனிய விட்டோர் நாள் நல்ல தண்ணீர் அள்ள
அடுத்திருக்கும் வளவுக்கே அன்னை சென்றாள்.
அவள் திரும்பி வருகின்ற அந்த வேளை
பொடிப்பயல் ஓர் புறம் புரண்டு, கையை ஊன்றிப்,
'பொறுப்பதற்கோ பொழுதில்லை!' என்பான் போல,
அடுப்படிக்குத் தவழ்ந்து சென்றான். நெருப்பைக் கையால்
அள்ளுதற்கு முன் அவள் வந் தணைத்துக் கொண்டாள்.

நடப்பதற்குத் தொடங்குகிறான் சிறிது நாளில்,
நறுந் தமிழிற் சில சொற்கள் கூற லானான்.
'இடிப்பதற்கு வரும்!' என்ற பயமில் லாமல்,
எருது கட்டி இருக்கின்ற கொட்டில் செல்வான்.
பிடித்திழுப்பான் கொம்புகளை இருகை யாலே.
பிறகதற்கு வைக்கோலும் கொடுத்து நிற்பான்.
அடித்திருப்பான் தூணுக்குக் கம்பொன் றாலே.
அநியாயம் செய்ததெனக் குற்றம் சாட்டி.

படிப்பதற்குப் போகின்றான் பள்ளி நோக்கி.
பனை வழியிற் திரும்புகையிற், சுண்டு வில்லால்
அடிப்பதற்கு முயல்கின்றான் ஓணான் ஒன்றை.
அது பட்டு விழ, அருகே சென்று பார்த்தான்.
துடிப்பதைக் கண்டவன் தானும் துடித்துப் போனான்!
'தொடத்தகுந்த தில்லை!' என அந்த வில்லை
எடுத்தெறிய நினைக்கின்றான். 'மாங்காய் வீழ்த்த
இருக்கட்டும்!' என இடுப்பிற் செருகிக் கொள்வான்.

5

தந்தையோடு வயலில் உதவினான்.
தனயனே ஒரு தோழனும் ஆயினான்.
முந்தி ஓடித் துலாவினில் ஏறினான்.
முத்தைப் போலும் வியர்த்துளி சிந்தினான்.
வெந்து போக எறிக்கும் வெயிலில், மண்
வெட்டி கொண்டு தறையினைச் சாறினான்.
சிந்தை முற்றும் செயலினில் நாட்டுவான்.
செப்புதல் சிறிதாகவே செப்புவான்.

கடகம் தன்னில் எருக்கொண்டு கொட்டுவான்
காய்ந்த தம் நிலம் கொத்திப் புரட்டுவான்.
இடவன் கட்டி அடிக்கவும், பாத்திகள்
இட்டு வாய்க்கால் கிழிக்கவும் ஏகினான்.
நடுகைக்காய் வரும் கண்மணி கையிலே
நாற்றுக் கட்டை எடுத்துக் கொடுக்கையில்,
படுவ துண்டவள் கை சில வேளையில்,
பட்ட போதொரு பற்றை உணர்கிறான்.

இங்கி லீசு படிப்பதற்காய் அவன்
எட்டுக் கட்டை நடந்து திரும்புவான்
‘எங்கு சென்றும் அறிவை வளர்த்திடல்
ஏற்றது’ என்று தனக்குள் மொழிகுவான்.
‘தங்கமான பொடியன் இவன்!’ எனத்
தக்கவர்கள் பலரும் விளம்பவே,
சிங்க மானது போல வளர்ந்துதன்
சின்ன ஊரினில் ஆட்சி செலுத்தினான்.

6

அந்த ஊரிலே அழகி கண்மணி
தென்றலைப் போலவே திரிந்தாள்,
கொன்றிடும் நோக்குக் குளிர்விழியுடனே!

பெண் ணிருக்கும் அழகை யெல்லாம்
பேணி வைத்த பொற் குடமாம்.
விண்ணவர்க்கும் எட்டாது
விளைந்திருக்கும் நிலத் தமுதாம்
கண் ணிமிர்த்தி அவள் பார்த்தால்,
கண்டவர்கள் மறப்ப தில்லை.
மண் மிதித்தம் மயில் நடந்தால்,
மண்கூடச் சிலிர்ப்ப துண்டு.

திங்கள் அவள் முகமளவு.
செழுங் கூந்தல் மழை யளவு.
தங்கம் அவள் நிறமளவு.
தயிர் அவளின் மொழியளவு
கொங்கை இரு செம்பளவு.
கொடி இடையோர் பிடியளவு.
பொங்கும் அவள் அங்கம் ஒரு
பொல்லாத பாம்பளவு!

தாழ்ந்தவர்தம் குலக் கொழுந்தாம்.
தாகத்துக்கு அரு மருந்தாம்.
ஆழ்ந்து சுவை கண்டறிய
ஆனதொரு பெரு விருந்தாம்.
போழ்ந்து விடும் அவ்வணங்கின்
புன்னகை முன் ஆண்மை நெஞ்சு-

வாழ்ந்திருக்கக் கிடைப்பாளேல்,
வானகத்துச் செங்கரும்பு!

அந்த ஊர்த்தெருச் சந்தியில் அமைந்த
கடை முதலாளியோ அவளைத்
தொந்தி தடவித் தொடர்ந்து நோக்குவரே!

7

செல்லையன் வயலில் நடுகை நடந்தது.
செல்லையன் துலாவினில் நடந்தான்.
கண்மணி குனிந்து நாற்று நட்டாளே.

'நாற்றுப் பிடி எடுத்து
நாற்று நட்டு நான் இருக்க,
நாற்றுப் பிடி பிடியில்
நழுவுவது தான் எதற்கு'

'சேற்றில் சதிர் மிதித்துச்
சின்ன இடை நீ வளைக்க,
நேற்றுச் சிரித்தபடி
நின்றவள் நினைப்பெனக்கு!'

'நேற்றுச் சிரித்துவிட்டு
நின்றவள் நினைப்பிருந்தால்,
காற்றிற் பறந்து விடும்
கதைவிடுதல் தான் எதற்கு?'

'காற்றில் பறந்து வரும்
காவியத்தோ டாவி செல்ல.
ஏற்றத் துலா நடந்தே
இளைக்கும் உடல் இங்கெனக்கு!'

'ஏற்றத் துலாவினிலே
ஏறி நிற்கும் மன்னவர்க்குச்
சேற்றிற் கிடக்கும் ஒரு
சிறிய மலர் ஏன்? எதற்கு?'

'சேற்றிற் கிடைக்கும் அத்
திரு மலரோ இல்லை யென்றால்,

சோற்றைப் பிற கெதற்கு?
சொல்லடி இப் போதெனக்கு!'

கண்மணிப் பெண்ணின் காதலால் நெஞ்சிற்
புண்மிக அடைந்த அப்பொடியன்
எண்ணிய எண்ணம் ஓர் எண்ணாயிரமே.

8

சித்தப்பன், தந்தை காதிற்
செய்தியைக் கூறிப் பின்னர்
சத்தங்கள் போட்டுப் பேசிச்
சண்டைகள் பிடிக்க லானான்.
தத்தம் காணிகளை வேறாய்ப்
பிரித்திடல் தக்க தென்று
வைத்ததோர் முடிவி னாலே,
வயல் குறு கிடலா யிற்றாம்.

பாட்டனின் பாட்டன் பாட்டன்
வாங்கிய பங்கைப் பங்கு
போட்டதால், போட்டுப் போட்டு
வந்ததால், புதிய தாக
ஈட்டிய நிலம் வேறில்லை
என்பதால், இவருக்கின்று
மாட்டுக்கோர் தொழுவம் போட
மட்டும் ஓர் குழி எஞ்சிற்றாம்!

'எஞ்சிய குழியைக் கிண்டி
எப்படி நாளை நாங்கள்
கஞ்சியிற் சோறி ருக்கக்
காணல்?' என் றெண்ணிப் பார்த்தான்.
துஞ்சிடும் வேளை கூடக்
கனவிடைத் தொடர்ந்து வந்து
கொஞ்சிய கொள்கை ஒன்றில்
செல்லையன் விழித்துக் கொண்டான்.

9

மாவை என்ற ஊரினுக்கு
வட புறத்தில் நெடிய தான
தேவை யற்ற கல டிருத்தல்
தெரியும் அவ் வூரார் எவர்க்கும்
சாவை உற்ற பேர்கள் சென்று
சரிவ தற்கே நிலைய மான
தீவை ஒத்த தனி நிலத்தைச்
சென்று சென்று சுற்றி வந்தான்.

காரை சூரை நாக தாளி
கள்ளி முள்ளி ஈச்சை மட்டும்
வேர் விடுத்து வளர லாகும்
வெட்டை; அந்த வெளியில் எங்கு
பாரை கொண்டு தொட்ட போதும்,
படுவ தொன்று-பாறை என்று!
யாரை அந்த நிலம் அழைக்கும்?
அன்பு கெட்ட மனம் நிகர்க்கும்.

10

உயனை எனும் அப் புலத்தில் மனதை ஊன்றி,
உலவுகிறான் செல்லையன் அதிலே சென்று.
வெயிலடிக்கும் நடுப்பகலில், விடியும் வேளை,
மெல்லிய காற் றசைகின்ற மாலை வேளை,
துயிலினிலே ஊர் முழுதும் அயர்ந்து போகத்,
துணிந் தெழுந்து பேய் அலையும் சாமம் எல்லாம்.
'பயனெதனைக் காண்கின்றான் பொடியன்?' என்று
பார்த்தவர்கள் கூற, அவன் திரிகின்றானே!

முகத்தார் என் பவருக்கே உயனைப் பூமி
முழுதும் உரித்தென மாவை முழுதும் கூறும்.
தகப்பன் அன்று காணி எழுத் தெழுதி வந்த
காலத்தில், பிறர் நிலத்தைத் தகுந்த வேளை
அகப்படுத்தித் தம் பெயரில் எழுதிக் கொண்டார்.
ஆயினும் ஆறடி நிலத்தில் அடங்கிப் போனார்.
மிகப் படித்த மகன் அதனை விற்று விட்டு,
மேல் நாட்டிற் குடி ஏறும் விருப்பம் கொண்டான்.

மாவை நில இளைஞர்களை ஒரு நாள் மாலை
வைரவர் கோயில் வீதி தனிலே கூட்டித்,
'தேவையுண்டு நம்பணி நம் மூருக்கு' என்று
செல்லையன் சிலசொற்கள் செப்பி நின்றான்.
ஆவலுடன் சங்கம் ஒன்றை ஆரம் பித்தார்.
அவர் வேண்ட, முகத்தார் தம் கலட்டை ஈந்து,
'சேவை பெரிது!' என்னும் ஒரு செய்தி தந்து,
'சிலோன்' விட்டே சில நாளிற் சென்று விட்டார்!

விளைவெதும் இன்றி வீணே கிடந்த
கலட்டியை வழங்கிய முகத்தார்
புகைப்படம் பேப்பரிற் போடப் பட்டதே!

11

காணி கிடைத்ததனால் அவ் விளைஞர்
கழகம் மகிழ்ந்து குதித்ததையா,
வீணிற் கிடந்த நிலத்தை விதைத்து
விளைப்பது நோக்கமாய்க் கொண்டதையா.
தூணிலும் உண்டு, துரும்பிலும் உண்டெனச்
சொல்வர் கடவுளை; நல்விளைவு
காணுதல் உண்டு கலட்டிலும் என்றொரு
கங்கணம் கொண்டு துடித்ததையா.

ஊரிற் பெரியவர் ஓர் சிலர் வேண்டிய
உற்சாகம் தந்தனர். 'வீடு வந்து
சேருவ தில்லை நும் வேளாண்மை!' என்று
சிரிக்கக் கடை முதலாளி நின்றார்.
ஆரும் எதனை மொழிந்திடினும், தங்கள்
ஆண்மையில் நம்பிக்கை வைத்தவராய்,
ஏரினைக் கொண்டோர் புது வரலாற்றை
எழுத இளைஞர் எழுந்து வந்தார்.

12

ஆழ நீர் கொண்டு வாழ இளைஞர்
அகழ்கின்றார் தம் நிலத்தினைத் தானே!

'பிக்கான், மண்வெட்டி, கொந்தாலி யொடு
பிள்ளைகளுக் கென்ன சோலி?' என
நக்கார் சிலர், சிலர் கேலி செய்ய
நாளும் உழைத்தனர் வேளை முழுவதும்-
தக்கார் புகழவும், தாயர் மகிழவும்,
தந்தையர் கண்டு தம் நெஞ்சு நெகிழவும்,
மிக்க அறிவுடையோர்கள் 'உது சரி!
வெல்லுக நும்பணி!' என்று புகழவும்-

ஆழ நீர் கொண்டு வாழ இளைஞர்
அகழ்கின்றார் தம் நிலத்தினைத் தானே!

பாறை எதிர்ப்பட வேட்டுப் பல
பற்பல வைத்தது கேட்டு, மிகத்
தூர இருக்கும் தார் ரோட்டுக் கடைத்
தொந்தி முதலாளி ஏசத் தொடங்கினார்;
'கூரையிலே சில ஓடு வெடித்தது,
'கொம்பிளயின்று' கொடுப்பன்!' எனச் சொல்லி,
நேரே பொலிசுக்குச் செல்ல, அவர்கள் 'நெய்!'
நெய்!' என்று காட்டித் திருப்பி அனுப்பினர்!

ஆழ நீர் கொண்டு வாழ இளைஞர்
அகழ்கின்றார் தம் நிலத்தினைத் தானே

ஒன்றிரண்டோ மூன்று நாலோ அல்ல;
ஓடின மாதங்கள் ஏழே! 'இனி
என்றெம் வியர்வையைப் போலே வரும்

எங்கள் வினைப்பயன்!' என்று நிதநிதம்
நின்று நெடுக முயன்றனர் ஆதலின்,
நேர்த்தியுடன் தொழில் பார்த்தனர் ஆதலின்
கன்று வாய் வைக்கவும் கற்றா சுரக்கும்
கணக்கிற் பாதாளத்திலே நீர் சுரந்தது!

ஆழ நீர் கொண்டு வாழ இளைஞர்
அகழ்கின்றார் தம் நிலத்தினைத் தானே!

13

செல்லையனை அவன் தந்தை ஒரு நாள்
'நில்லையா!' என்றிவை நிகழ்த்தச்,
சொல்லாடல் ஒன்று தொடர்ந்து நடந்ததே!

'உளறித் திரிவதனால் உண்டாகும் நன்மை என்ன?
ஊருக் குழைத்ததினிப் போதும் தம்பி:
'கிளறிக்கல்' சோதனையாம் கிட்டிண பிள்ளை; நீ 'அப்
பிளிக்கேசன்' போட்டிடுவாய்!' என்றான் தந்தை.
'கிளறிக்கல் எடுப்பதே எண்ணம் எனக் கெனினும்.
கிட்டிண பிள்ளை சொன்ன வண்ணம் அல்ல!
உளதைப் பயன் படுத்தா தோடி நகர்ப் புறத்தில்
உட்காரல் தக்கதுவோ?' என்றான் பிள்ளை.

'மண்ணைக் கிளறி அது மலரப் பணிபுரிதல்
மட்டற்ற இன்பம்!' என்று சொன்னான் பிள்ளை.
'பண்ணத் தகுந்ததுவோ படித்தவர் அத்தொழிலைப்?
பார்த்தார் சிரிப்பார்!' என்று சொன்னான் தந்தை.
'கண்ணைத் திறப்பதற்கே கல்வி கண் டோம்; இதனைக்
கலட்டிற் செலுத்தலும் நன்று!' என்றான் பிள்ளை.
'உண்ணக் கிடைத்திடலாம்; உலகிற் பெரியவராய்
உலவக் கிடைத்திடுமோ?' என்றான் தந்தை.

'உலகிற் பெரியவராய் ஊர்ந்து திரிபவர்கள்
உண்மையிலே பெரியர் தாமோ?' என்றும்,
'பலகற் றதன்படியே பண்பட்டு நிற்பவர்கள்
பணமற்றதாற் சிறியர் அன்றே!' என்றும்,
'நிலையற்ற இந் நிலத்திற் பிறருக் குதவுதே
நிற்கத் தகுந்தது!' என்றும் சொன்னான் பிள்ளை.
'கலகத்தை வீட்டினிலே கண்டேன்!' எனச் சிரித்துக்
'கதை மெத்தச் சரி!' என்று சென்றான் தந்தை.

14

கழகத் திளைஞரது கைவலிமையால்
கலடாய்க் கிடந்த அந்த உயனை வெளி
பழகத் தொடங்கியது. கிணறிருந்த
பகுதிப் பல பரப்புப் பக்குவப்பட்டே
இளகத் தொடங்கியது. வாழைகள் குலை
ஈனத் தொடங்கியன. தென்னை இனங்கள்
அழகுச் சிறை விரித்துத் தோகை மயில் போல்
ஆடத் தொடங்கியன அவ்விடத்திலே!

கத்தரி காய்க்க நிலம் ஏற்றது கண்டார்.
கடகங்களாய் நிறைத்து விற்பனை செய்தார்.
வத்தகை தான் செழித்து வந்தது கண்டார்.
வந்து பிறர் விரும்பிக் கொண்டனர், சென்றார்.
சத்து மிகுந்த முட்டைக் கோசு தழைக்கத்
தக்கதம் மண்ணெனவும் சான்றுகள் கண்டார்.
'முத்தை விதைத்திடினும் முத்து விளைதல்
முடியும் இங்கே!' என ஊர் நம்ப, மகிழ்ந்தார்.

'முந்திரிகைக் கொடி வளர்கிறதற்கு
முற்றும் தகுந்த நிலம் இந்நிலம்!' என்றும்,
'அந்தப் பயிர் தொடங்க வேண்டும்!' எனவும்
அங்கத் தவர் ஒருவர் முன்மொழிகிறார்!
'எந்திரம் கொண்டு இறைத்தல் ஏற்றது' எனவும்
ஏகோபித் தோர் முடிவு கொண்ட படியால்,
சிந்தனை யுற்றதவர் செயலவை தான்;
செய்யப் பொருள் வலிமை சேரவில்லையே!

15

செல்லையன் அப்போ தெழுந்தான்-
அன்பு
சேர்ந்த எனதரும் தோழர்களே, நாம்
கல்லைக் களனி செய்திட்டோம்!
இனிக்
காசில்லை என்று களைத்திருப் போமோ?
நல்லலிங்கம் நல்ல லிங்கம்;
அவர்
நம்பொருளாளர்; அவருக்கெப் போதும்
இல்லை என் கின்றது பாடம்!
எனில்
ஏற்ற வழிகள் பிற உள; தேடும்!

'எண்ணம் எனக்குள தொன்றே!
நீவிர்
ஏற்றுக்கொள் வீர்கள் எனில் மிக நன்றே!
உண்ணும் உணவினைப் போலே
நமக்கு
உற்ற தமிழ்! அதில் நாடகத் தாலே,
திண்ணம், நிதி வந்து சேரும்
ஒன்றைத்
திட்டமிட்டுச் செய்வம்; யாவரும் வாரும்!
'கண்ணியமும் கட்டுப் பாடும்
நல்ல
கடமையும் வெல்க!' என் றாவன நாடும்!'

'ஓம்!' என் றுரைத்தனர் யாரும்;
'ஓம்,
ஓம்!' என்று கை தட்டினார் முழுப் பேரும்,

'நாம் என்ன நாடகம் போட்டால்,
மிக
நல்லது?' என்றே சொர்ணலிங்கத்தான் கேட்டான்.
'தீமை ஒழிந்திடத் தக்க
புதுச்
செய்தி உடைய தொன் றாய், அஃதிருக்க!'
-சாமம் வரைக்கும் இருந்தே
அதைச்
சர்ச்சை செய்தார்; பின்னர் சென்றார், துணிந்தே.

16

உயனைக் கலட்டிக் கழகத் தவர்கள்
ஒவ்வொன்றாகப் பல தேடினார்.
மயனைப் பழிக்க ஒரு மண்டபத்தைக்
கட்ட மரம் தடிக்கு ஓடினார்.
உயரக் கமுகு தறித்து வண்டியில்
ஏற்றிவந் தொவ்வொன்றாய் நாட்டினார்.
சயனித் தலையும் மறந்து பறந்து
சாதித்த கொட்டகை காட்டினார்.

'இளைஞர் கழக விழவு, வருக!'
-பறை அறைந்திது சாற்றினார்.
'நுழைவு மிகவும் மலிவு, விரைக!
விரை!' கென் றறிவை ஏற்றினார்.
அழகிய தொரு பெரிய எழுத்தில்
அறிவித் தல்களை ஒட்டினார்.
கிழவர், மறந்து கிடந்த கூத்துக்
கிளம்பிற்று!' எனக் கை கொட்டினார்.

பாடலும் பண்ணும் பரதமும் பயின்ற
நாடகம் நடந்தது -நாடு,
வீடு முழுவதும் வியந்து சுவைக்கவே!

'சோடித்த பந்தலிற் சுடர் விளக்குகள்!
சொர்க்கம் இதற்கிணை ஆகுமோ!
வாடிக்கையாய் இதை வைத்து நடத்திடில்
வாழும் அன்றிக், கலை சாகுமோ?'
-நாடகம் பார்த்து நடந்தவர் இப்படி
நாவினைச் சூள் கொட்டிக் கூறினார்.
'கூடும் அச் சூத்திரம் கொள்ளல்!' எனப் பொருள்
ஆளர் குதூகலம் ஏறினார்.

17

நாடகத்தைப் பார்த்த பல நல்ல பெண்கள்
'நடத்துவதேன் வைரவர்க்காய் வேள்வி?' என்றார்.
'மூடருக்கே ஏற்பாம் இம் முறைகேடு!' என்று
முழுநீளத் தாடி, உடை காவி யான
வேடம் எடுத்தவர் சொன்ன துண்மை!' என்று
வெண்டிக்காய் கறிக் கறுத்துக் கதைக்க லானார்.
'ஆடு வெட்ட நீ போதல் கூடாது!' என்றே
அப்பனிடம் கண்மணியாள் ஆணை இட்டாள்.

'அடுத்த சனிக் கிழமை எங்கள் வேள்வி அன்றோ?
அதை நினைத்துக் காடையர்கள் எங்களுக்கு
முடித்தெடுத்துக் கொடுத்தார் இந் நாடகத்தை-
முன்பிருந்து வருகின்ற வழக்கம் ஒன்றை
எடுத்தெறியச் சொல்கிறதற்கு இவர் யார்?' என்றார்,
எரிந்து கடை முதலாளி. 'இங்கி லீசு
படித்ததனால் வந்த பிசகிதுகாண்!' என்று
பல சொல்லி நிரூபித்தார் பஞ்ச லிங்கர்.

'வாடகைக்குச் சந்தியில் ஓர் கடை எடுத்து
வைத்திறைச்சி விற்றிடலாம் என்றால், இந்தக்
கேடகலும்!' என அங்கோர் கெட்டிக் காரி
கிளப்பி விட்டாள் ஒரு திட்டம். பொதுவாய் மாவை
ஆடவரே வேள்வியினை ஆதரித்தார்.
அரிவையரோ அதை முற்றாய் எதிர்த்த தாலே,
சூடு கொண்ட தர்க்கங்கள் தணிந்து போய், ஓர்
சுமுக நிலை பிறந்தது. மங்கையரே வென்றார்!

18

வேள்வியின் கீழ்மையை மிகவும் தெளிவாய்
நாடகம் போட்டவர் நாட்ட,
மாவை வேள்வி மறுத்துச் சிறந்ததே.

ஆண்டு தோறும் தலைமைக் கடாவை
அறுக்கும் சந்திக் கடை முதலாளி
தூண்ட லுற்று முளாசிக் கொதித்தார்.
துணைக்கு வேறு சிலரைப் பிடித்தார்.
'வேண்டுமே பழிவாங்கிடல்!' என்றனர்.
வேகமான தோர் தாகம் அடைந்தார்.
ஆண்டவன் திருச் சன்னிதி முன்னிலே
ஆணை ஒன்றை எடுத்து நின்றாரே!

மேள தாளங்கள் கூடி முழங்கிடும்.
வேறு நூறு வெடிகள் வெடிக்கும்.
சூழ ஊரவர் சென்று தொடருவர்.
'சொல்லப் பட்ட கடா இது!' என்பர்.
ஆளை ஆள் கண்ட வேளை, 'குதிரை போல்
அல்லவா வளர்ந் துள்ளது!' என் பாரே!
மாலை சூட்டி நடத்தி, இவற்றிடை
மக்கள் முன்னர் அறுப்பதை அன்றோ

பட்ட ணத்துக் கசாப்புக் கடையினர்
பார்த்துக் கேட்ட விலை தந்து பெற்றார்!
கெட்ட காலம் புகுந்தது கண்டவர்,
கெம்பினார் அக் கடை முதலாளி!
'நட்ட மேற்பட்டு விட்டது' என நிலை
நாட்டினார் பஞ்ச லிங்கர்! என்றாலும்,
கொட்டி ஓர் மழை பெய்து குளிர்ந்தது,
கோடையிற் சனி நாளன்று தானே!

19

சாத்திரம் புதியவை கண்டவர் எடுத்த
சூத்திரம் பொருத்தினர் கிணற்றில்,
பார்த்தவர் மகிழ்ந்து பல புகழ்ந் திடவே!

மாடிரண்டே சுற்றிச் சுற்றி வர,
மக்களின் முன் அவர் கண்ணெதிரே,
பாடு படாமல் இருக்கையிலே
பாதாளம் சென்று நன்னீர் எடுத்தே,
ஓடிச் சுழன்று திரும்பினவாம்;
வாய்க்காலில் ஒவ்வொன்றாய் ஊற்றினவாம்
'வேடிக்கை தான் அந்த வாளி!' என்றே
மெச்சினர் கண்டவர் யாவருமே.

வேட்டி களைந் திடைக் கோவணமாய்
மெல்ல நடந்தவன், வாளியின் நீர்
ஊற்றப் படுகிற ஓடையிலே
ஊறிச், செல்லையன் உடல் குளிர்ந்தான்.
ஏட்டில் எழுத ஓர் ஓவியமே
என்ன இருக்கும் அக் கண்மணியாள்
மீட்டும் இருவிழி வண்டை, அவன்
மேனியைச் சுற்றிப் பறக்க விட்டாள்.

20

செல்லையனை அவன் தந்தை ஒரு நாள்
'நில்லையா!' என்றிவை நிகழ்த்தச்,
சொல்லாடல் ஒன்று தொடர்ந்து நடந்ததே:

'இந்தப் படி நெடுக இருப்பது நல்ல தல்ல;
இங்கே பல இடத்திற் கேட்கிறார்.
கந்தப்ப பிள்ளை மகள் கறுப்பி என்றாலும், அங்கே
காசு கிடக்கு தென்று பார்க்கிறேன்!
சொந்தத்துள்ளே முடித்தால் தொந்தர வில்லை யன்றோ?
சொல்லு; முகூர்த்தம் இன்றே வைக்கலாம்.
அந்தப் பொடிச்சிக்கும் உன் மேல் ஆசை கொஞ்ச மல்ல!'
என்று செல்லையன் தந்தை கூறினான்!

'அப்பு, கந்தப் பம்மானின் அவளோ அழகுடையாள்;
ஆயினும் என் மனம் அங் கில்லையே!'
'சுப்பர் மகன் செல்லப்பர் பெட்டை சுகுணவதி
சுந்தரி; ஓ மென்று சொல்; செய்யலாம்!'
'இப்போ தவசரமோ? இன்னொரு நாள் உரைப்பேன்'
'இல்லை, அதற்கென்ன சொல், என்னிடம்!
ஒப்புத் தருவை யென்றால் இந்த உலகினிலே
உள்ள சிறந்தவள் உன் காலிலே!'

'குப்பையிலும் கிடைக்கும் குன்றி மணிகள், என்பார்'
'கூறி விடு வெளியாய்க்; குற்றமா?
தப்புத் தவறு செய்திருந்தால் சரிப்படுத்தித்,
தக்க இடத்தினிலே கட்டலாம்!'
'அப்போதே கண்மணிக்கென் ஆணை கொடுத்து விட்டேன்!'
'ஐயோ, இதென்ன தம்பி?'-அப்பனின்
ஒப்பை இரந்து நின்றான் பிள்ளை; தகப்பன் உணர்ந்து
'ஓம்' எனும் வேளை குரல் கம்மினான்.

21

கலட்டி இளைஞர் கழகம் ஓர் இரவு
பொதுச்சபை கூடிய போது,
செல்லையன் எழுந்தான்; செப்புகின் றானே:

'பாலையே நிகர்த்த பசிய தண்ணீராற்
பலப்பல அதிசயம் விளைத்தோம்.
சாலவும் சிறந்த கூட்டுழைப் பளித்த
தருக்கிலும் செருக்கிலும் திளைத்தோம்.
மேலும், ஓர் சங்கக் கடையினை அமைத்தோம்.
மேம்பட லாயினோம் நாங்கள்.
காலையும் பகலும் மாலையும் களைத்தோம்.
கலட்டியைத் திருத்தினம், களித்தோம்.

'இருபது பேர்கள் நாங்கள்; எங்களுக்கேன்
இத்தனை விசாலமாய்க் கிடக்கும்
பெரு நிலம்? இதில் ஓர் பகுதியைப் பிற பேர்
பெறுவது தகுமென ஒரு நாள்
இரவிலே துயிலா திருக்கையில் நினைத்தேன்;
எப்படி நும் கருத்து? உரைப்பீர்!
அருகிலே வதியும் சில குடிகளுக் கோர்
அங்குல நில மில்லை, நினைப்பீர்!

'உருகும் ஓர் இதயம் கொண்டவர் மனிதர்;
உங்களுக் கிதைச் சமர்ப் பித்தேன்.
தருக, நம் புலத்தில் ஒரு பகுதியினைத்
தாழ்த்தப்பட் டுள்ளவர் தமக்கே!
பெருமை உண் டிதனால் என்பதற் காகப்
பேசிட வில்லை நான் இதனை;
அருகதை உடையார் அவர்கள்! நாம் அளித்தால்,
அறமும் நம் பயிர் எனத் தழைக்கும்!'

நிறைந்த பேரவையில் நிமிர்ந்து நின்றிவை
அறைந்தனன் செல்லையன், அமர்ந்தான்
'சிறந்தது!' என் றேற்று அவை செயல் முடித்ததுவே!

22

தாழ்த்தப் பட்டோர் குடிசைகள் கலட்டியில்
எழுந்தன; குடிபுகுந் திருந்தார்-
விடிவினை நோக்கி விரைந்து போயினரே!

வெள்ளி நிலவு நெடு வான வழியில்
மெல்ல நடை நடந்து வந்த தொரு நாள்
புள்ளி அனைய பல வெள்ளி மலர்கள்
பூத்துச் சொரிந்தன அவ் வானில் ஒரு நாள்
மெள்ள அயலினிலே சென்று, இளைஞரை
மேனி வருடியது தென்றல் ஒரு நாள்
நள்ளிர வானமையினால், உலகமே
நன்று துயில்கிறது! நல்ல ஒரு நாள்!

'முல்லை விரிகிறது வேலியில்!' என
முந்தி மொழியும் ஒரு வாசம் உளது.
'வல்லை' வெளியில் அன்று திருவிழவு;
மழலை மொழி குழலில் வருகிறது.
கல்லில் அமர்ந் தினிய காட்சிகளிலும்
காதில் விழுகிற அவ் வோசைகளிலும்
செல்லும் மனதில் ஒரு சிலிர்ப் படைந்து
செல்லையன் என்ற அவன் வீற் றிருக்கிறான்.

காட்டை அழித்த செயல் தன்னை நினைந்தான்.
கழனி கடை அமைத்த செய்கை நினைந்தான்
ஆட்டை அறுக்கிறது நின்ற தெண்ணினான்.
அண்டிப் பிழைத்த சிலர் ஆறி இருக்க
வீட்டை அவர்க் களித்த வெற்றி நினைந்தான்.
வேறும் பல நினைவு பாய இருந்தான்.
'நாட்டை உயர்த்துவது நல்ல செயலே;
நம்மால் எது முடியும்?' என்று குனிந்தான்.

23

கண்மணி தனது கலட்டிக் குடிசையிற்
படுத்திருக் கின்றனள், புரண்டு;
பாடல் ஒன்று பண்ணோடு கேட்டதே;

மண்ணெண்ணெய் விளக் கருகில்
மணி போலே சிறுத் தெரிய,
விண்ணல்ல, புவியினில் ஓர் மின்னலே!
வீழ்ந்து துயில் புரிகிறதோ, தையலே?
பெண்ணல்ல, பெரும் அழகின்
பிறப்பிடம் என்பது தெரிய,
கண்ணல்ல, கயல் இரண்டேன் மூடினாய்?
காதலுக்கு வழி அடைத்தேன் வாடினாய்?

வெண்ணிலா வெறு வெளியில்
வெறிக்கிற தன் மது சொரிய,
புண்ணெலாம் உளத் திருக்கும் போதிலே
புரளுகிறதோ சிறுபாய் மீதிலே?
'உண்ணலாம்! உடல் துவள
உறங்கிடலாம்!' என உனக்கோர்
எண்ணமாம் எனில், இது நன் றாகுமோ?
ஏங்கும் ஒரு வனை அணைந்தால், நோகுமோ?

வெண்ணெய் போல் உடல் உனக்கு.
வெளி உலகு துயில் கிடக்கு.
தண்ணியோ கிணற்றினிலே! தாகமோ,
தனிமையிடை போய்த் துயின்றால், போகுமோ?
எண்ணெயோ முடிகிறதே!
எரி விளக்கோ அணைகிறதே!
புண்ணியம்-பழி அறிவாய்! போ, அம்மா!
புள் எழுப்பி நின்றனன்; போய்த் தாவம்மா!

24

சேலை ஒன்று சரசரப் புற்றது.
திறப்பும் பூட்டும் கறகறப் புற்றன.
வேலியோ கறையான் படர்ந்துள்ளது;
மெல்லவே அந்த மண் உதிர்வுற்றது
வாழை நட்டுள பாத்தியில் ஈரமோ?
வைத்த காலிற் சளசளப் புற்றது.
மூலை ஒன்றினில் ஓலைக் கிடுகினை
முன் விரிக்க, அது நெரிவுற்றது.

பேசுகின்ற இரு குரல் கேட்டன.
பிறகு கொஞ்சும் சிரிப்பொலி கேட்டது.
'யோசியுங்கள்' எனும் சொல் மிதந்தது.
'யோகம் இன்று!' எனும் சொற்கள் தொடர்ந்தன.
'வாசியுங்கள்!' என ஒரு யாழினை
வைக்கத், தந்தி அதிர்ந்தது போலவும்,
ஆசை ஒன்று அலுவற்படல் போலவும்,
அங்கு சிற்சில ஓசை விளைந்தன.

மெய்யிலே சிலிர்ப் பொன்று நடுங்கவும்,
வேறுபட்ட நிலை சென் றொடுங்கவும்,
'தையிலே சடங்கு!' என்று புகன்றவன்
தாகம் ஒன்று தணித்தல் தொடங்கினான்.
கையிலே வளையல்கள் அனுங்கவும்,
கண்ணிலே பெருங் காதல் மினுங்கவும்,
'ஐய நுண்ணிடை சென்று வணங்கவும்'
அன்பனோ டொரு நங்கை இணங்கினாள்.

25

இரண்டாம் கூறு

காரிருள்

வானத்து வெண்ணிலவை ஓடிப் பிடித்து
வைத்துக் கடித்தது கறுத்த முகில் ஒன்று.
கோணற் கொடுங்குரல் கொடுத்ததொரு கோட்டான்.
குருவிக் குலம் சிதற மூசியது காற்று.
பானைக் கடைக் கெருமை புக்கது நிகர்க்கப்
பாரே அதிர்ந்தது; பிதிர்ந்தது கலட்டி.
தேனொத் தினித்த இதழ் உண்டு புரள் கின்றோர்
திடுக்கிட்டனர்; மா திறுக்கிப் பிடித்தாள்.

இருட்டுக்கும் எத்தனை இருந்தன கரங்கள்.
இழுத்துச் சிவப்புப் பொடிச்சியை எடுக்க!
முரட்டுக் கரங்கள் ஒரு கோடரி உயர்த்தி
மோதத், தெறித்தது செல்லையனின் இரத்தம்,
'ஐயோ!' எனக் குளறி அச்சிறுமி கூவ,
ஆகாயமே நடு நடுங்கியது; நீசக்
கையால் அவள் சுவை உடல் மலர் சுமந்து
கையாட்கள் ஓர் சிலர் பறந்தனர்; மறைந்தார்!

26

கூந்தல் குலைந்து நின்றாளே;
கண்மணி ஒரு
குடிலிற் சிறை கிடந்தாளே!

தாழ்ந்தார் குலத்தவரே
தன்னுடல் கவர்ந்த தெண்ணி
வீழ்ந்தாள், எழுந்தனள்,
விசும்பினள், விதிர் விதிர்த்துச்
சோர்ந்தாள், சுருண்டனள்,
சுணை மிகுந்த மெய் சுருங்கித்
தேய்ந்தாள், திணறினாள்,
திருந்திழை உடை கலைந்து

கூந்தல் குலைந்து நின்றாளே;
கண்மணி ஒரு
குடிலிற் சிறை கிடந்தாளே!

வந்தாராம் சந்திக் கடையார்;
தொந்தி சரிய
வந்தாராம் சந்திக் கடையார்!

'இந்தா, பொடிச்சி! உன்னை
எத்தனை நாட் பார்த் திருந்தேன்!
சிந்தா குலம் எதற்கு? உன்
சிற்றிடை கற்கண்டு! முத்தம்
தந்தால், உயிர் பிழைக்கும்;
தாடி!' என்று தாவி, அவள்
பந்தாய் உருண்ட முலை
பற்றினர், விலக்கினள்-

உருத்தாள், சிறுமி உயிர்த்தாள்;
கடையவர்
இளித்தார்; முகத்தில் உமிழ்ந்தாள்.

விழித்தார், வெறித்தனர்,
வெருட்டினர், பழித்தனள்,
அடித்தார்; தடுத்தனள்,
பிடித்தனர்; கடித்தனள்,
இடித்தார்; புடைத்தனள்,
இளைத்தனர்; விழுத்தினள்,
உதைத்தாள், மிதித்தனள்,
துவைத்தனள், சிரித் திரண்டு

கண்ணீர் வழிந்து நின்றாளே;
திறந்த வழி
கண்டாள், பறந்து சென்றாளே!

27

ஓடுகின்றாள், ஓடுகின்றாள்,
ஓர் இரண்டு நாய் குரைக்கப், பேய் துரத்த,
ஓடுகின்றாள், ஓடுகின்றாள்...
சேலையின் முன்றானை காற்றினிலே
செல்ல, இடை மின் நூடங்க,
ஓடுகின்றாள், ஓடுகின்றாள்.
பால் முகத்தின் மேல் வியர்வை
பாய, விழி நீர் பெருக,
ஓடுகின்றாள், ஓடுகின்றாள்.....

மாரியம்மன் வாசல் வழி
வந்தாளே கண்மணியாள்.
ஊரின் ஒரு புறத்தே
உறங்கினையோ மாரியம்மா?
நல்லான் ஓர் நல்லவளை
நாடுவது நாத்திகமோ?
எல்லாரும் ஒத்த குலம்
என்று சொன்னால் ஏற்காதோ?

ஏழை இருக்க நிலம்
ஈதலும் ஓர் ஏமாற்றோ?
வேள்வி மறுப்பதுவும்
வேண்டாத வெஞ் செயலோ?
பாழை விளைத்திடுதல்
பாதகமோ, பேசடியே!
கூடி உழைத்தல்
கொடுமை என்றோ கூறுகிறாய்?

ஏடி, முத்து மாரியம்மா,
எடுத்தொரு சொல் சொல்லடியோ!

'மெல்லியலார்' வாழ
விடாயோ பெருமாட்டி?
சொல்லடியே என் தாயே,
சுறுக்காகச் சொல்லடியோ!
புல்லிதழே பிய்ந்து
புயற் காற்றிற் போனது போல்

ஓடுகின்றாள், ஓடுகின்றாள்,
ஓரிரண்டு நாய் குரைக்கப், பேய் துரத்த,
ஓடுகின்றாள், ஓடுகின்றாள்...

28

காதலனைக் கண்டு கொண்டாளே!
முலை
மீதறைந்தாள்; நிலம் மீதுருண்டாள்
சிறு
மாது கண் செந்நீர் வழிந்தாளே!
ஒரு
சேதி; கீழ்ப் புற வானில் ஞாயிறு
நீதி காண எழுந்ததே!
இருள்
சாதி போலே போய் ஒழிந்ததே!
'ஒளி
வாழ்க!' என்றும், 'இருள் வீழ்க!' என்றும்
கிளை
மீது சேவல் கூவு கின்றதே!

29

ஒத்துழைத்தால், ஒன்று பட்டால்,
உயர்வு பல காட்டி நின்றால்,
ஒத்தவர் தாம் யாரும் என்றே
ஒருத்தியின் மேல் அன்பு வைத்தால்,
பித்தரின் கைக் கோடரி போய்ப்
பிளந் தெறிய, நல்லவர்கள்
செத்திடத் தான் வேண்டுவதோ?
செக முடையோர், செப்புவீரே!

பின்னுரை

கற்பனை கொண்டு செய்த
கதை இது; இதிலே நூறு
சொற்பிழை இருத்தல் கூடும்.
சுவை பல குறைதல் கூடும்.
'அற்புதம்!' என்று சொல்லும்
அளவிலா திருக்கு மேனும்,
'நற்பயன் விளைத்தல் கூடும்!'
என்று நான் நம்பித் தந்தேன்.

செல்லையன் என்ற இந்தச்
சிறு கவிக் குரியோன் நம் மூர்
எல்லையுட் பிறந்து வாழும்
எவனும் போல் ஒருவன் ஆவான்.
புல்லல்ல; வளர விட்டாற்,
புது நெல்லாய்ப் பொலிவான்; அல்ல,
நெல்லல்ல - நெல்லி னுள்ளே
நிறைகின்ற உயிரே என்க.

1966

மஹாகவியின்

கந்தப்ப சபதம்

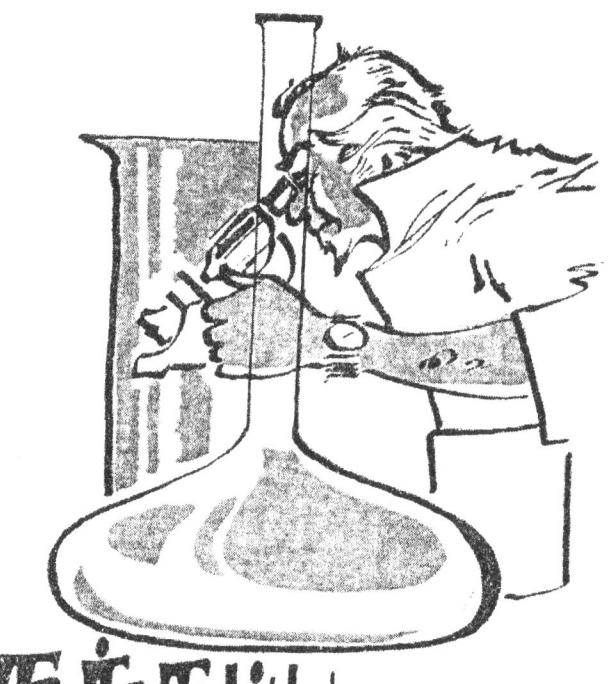

முதலாம் பதிகம்

முடிவு

கந்தப்பர் என்ற அறிஞர் ஒருநாள்
கடற்கரையிற்,
குந்தி இருந்தவர், கொட்டாவி விட்டார்
குனிந்தபடி;
தென்திசை நின்றோர் சிறுவன் வருகிறான்;
செப்புகிறான்:
'சிந்தனைக் கிந்தக் கடலைஉண் பீர்கள்;
சிறிதுதவும்!'

'உண்டு கடலை உனக்காய் உதவி
உவந்திட நாம்
குண்டோதரா?' எனக்கூறி
அன்னார் குறுஞ் சிரித்தார்;
தெண்டித்துச் சில்லறை தேடி எடுத்துச்
செலுத்திவிட்டுக்
கொண்டை இலா அக் கடலையை வாயிற்
குதப்புகிறார்.

பல்லில்லைப் போதிய; ஆதலால், பாவம்,
படைத்தவர் போல்
மெல்லார்; கொடுப்புள் மெதுவாய் அதக்கி
மினைக்கெடுங்கால்,
நில்லா தகன்றான் பொடியன்;
அவனின் நிழல் மறைய,
எல்லாத் திசையும் சிறிது சிறிதாக
இருள்கிறதால்

'தங்கம் உருக்கித் தழலைக் குறைத்துச்'
சரிப்படுத்திப்
பொங்கிப் படைத்த புதுமையைப் போன்ற
பொழுது பிறைத்
திங்களுக் கஞ்சியோ மேற்குத் திசையிற்
திணறி விழுந்
தெங்கணும் இந்த இரவைக் குவித்தது,
இருள்கிறதாம்.

சந்தியிற் தூர எரிகின்ற உள்ளூர்ச்
சபை வெளிச்சம்
நொந்தழும்; 'நொய்'யெனச் சுற்றும்
நுளம்பினாற் தொந்தரவே;
பந்தம் உடையார் இருபேர்கள் வந்தனர்;
பால் மணலிற்
சொந்தங் கொண்டாடுகின்றார்கள் படுத்துத்;
துயிலவில்லை!

'பூமி சுழன்றதே ஆயினும் போட்ட
புதுக்கடலை
நாம் இனும் விண்டு முடித்திடவில்லை;
நகைப்பிதன்றோ!
சாமம் முழுதும் விழித்தாலும்
நாளைச் சரித்திரத்தில்
போமாறு செய்வேன் எனது பெயரினைப்
பொன்னெழுத்தில்!

'கள்ளர் இனிவந்து காசேனும் கேட்டுக்
கரைச்சல் தந்தால்
உள்ளதோ கையில் ஒரு ரூபா மட்டும்;
உடன் எழுந்து
மெள்ள அகலுவோம்; நாளை
கிழக்கில் விடிந்திடமுன்
கொள்ளுவோம் வெற்றி கடலையின் மீது
குறைவறவே!'

நன்றாய் இலேஞ்சித் தலைப்பில் முடிந்தார்

என்று தமக்குள் மொழிந்தார், எழுந்தார்;
இரண்டு கணம்
நின்றப் பொருளினைக் கையில் எடுத்தார்;
நினைவிருத்த
நன்றாய் இலேஞ்சித் தலைப்பில் முடிந்தார்;
நடக்கலுற்றார்;
'வென்றியே கொள்க!' என வாழ்த்தின கடல்
வெண்ணுரைகள்.

இளகாத நெஞ்சத் துடனே நிதமும்
இரைந்திரைந்து
மிளகாய் அரைக்கின்ற மில்லினைத் தாண்டி,
மிடுக்குடனே
அழகாய் நடந்தார்கள் ஐயர் அவர்கள்;
அவர் நடையைச்
சிலகூறி ஏற்றுதல் சாலும் இச்செய்யுள்
சிறப்புறவே!

கைத்தடி வீசிக், கறுப்பான வீதியைக்
காலடியில்
ஒத்த ஓர் தாளத் தொடும் இட்டு,
மண்ணில் உறாதபடி
வைத்தனர் பாதம், அவ் வானவர் போல!
வழி நெடுகக்
கத்திய சோடிச் செருப்பொலி கேட்டுக்
கரைகிறதே.

இரண்டாம் பதிகம்

முனைவு

மாடி அறை; கீழ் மலகூட மன்றல்
வராதபடி
மூடிய யன்னலோ ஒன்று; மற்றொன்று
முக முழுதும்
ஓடி வியர்வை வழியா
ததனை ஒழிக்கவெனக்
கூடிய மட்டும் திறந்தது; அங்கங்கே
குவிந்த குப்பை.

கண்ணாடிக் குப்பிகள் எண்ணூ றிருக்குமா?
காட்சி தரும்
தொண்ணூறு வெவ்வே றுருவங்களேனும்;
தொடர்ந்தவற்றுள்
தண்ணீர்கள் தாம் உள்ளடக்கம்!
தணிந்து தவித் தெரியும்
எண்ணெய் விளக்கில் இவை வகைகாணல்
இயலுவதோ!

மேசைமுன் அந்த விளக்கின் எதிரிலே
வீற்றிருக்கும்
ஆசை நிறைந்த விழியினர்,
ஆம், நம் அறிஞரன்றோ?
நாசியை மூடித் துணிகட்டி உள்ளார்;
நகத்தினிலே
பாசிபோல் ஒன்றைப் பரிசோதிப்பார்;
பல் பளிச்சிடுவார்.

கடற்கரை மீதினிற் காணாத தாடி ஆள்
கன்ன மெலாம்
அட! புதிதாக வளர்ந்து விட்டுள்ள
ததிசயமே;
உடுத்திருந்தார் நீண்ட அங்கியும் ஒன்று;
இதற் கொத்தபடி
இடத்தக்கதுவோ கடைத்தாடி, ஆய்வுள்
இறங்குமுன்னே!

மேற் கூறப்பட்ட சிரிப்பால் வெளிச்சம்
விளைந்து, கணம்
நூற்றாறு பட்ட துளிக்கால கட்டத்துள்,
நுண்ணியதாய்
ஏற்றாளப் பட்டெம் இனத்துக் குதவ
எனக் கிடக்கும்
காற்கா சிலாத கடலை மணி, அதோ
கண்டிடுக!

பளிக்கே தனத்தில் படபடப் பில்லாது
பற்களெனும்
உளிக்கீறல் சற்றேனும் இன்றி,
உயர் கற்பினள் ஒருத்தி
நிழற்கீழ் அரக்கியர் சூழ இருந்த
நிலைமையைப் போல்
வெளிக்கேதும் உள்ளம் விளங்காமல் அஃது
வெறிதிருக்கும்.

ஏதோ வயலுட் செடியில் விளைந்தே
இடம் பெயர்ந்து,
'தீதோ நலமோ வருக!'
எனுமத் திளைப்புடனே,
காதாலும் கேளாத உப்புகள்
வெந்நீர்க் கலவையிடை
சாதாரணமாய் அசைவின்றிக் கல்லாய்ச்
சமைந்திருக்கும்.

ஏலா திதனைக் கடிப்பதற் கென்பதே
எண்ணினராய்,
நூலாறோ ஏழு நுணுக்கமாய்ப் பார்த்து,
விரல் நொடித்துக்,
காலே நிலத்தில் அரைத்தனர்;
தோய்த்திரு கைபிசைந்தார்
தோலேனும் இன்றைக் குரிப்பன்! எனாஉட்
துணிந்தனரே,

எடுத்தார் கரத்தில் எடுப்பாய் ஓர் வதனம்!
எண்ணெய் கொஞ்சம்
வடித்தார் அதனுள், வளைத்தார் சிறுதுலா,
வைத்ததனை
முடித்தார் ஓர் ஆணிப் புரியைத் திருகி,
முடிந்ததுவும்
பிடித்து வைத்தார் விளக்கேதனத்தின் கீழ்ப்
பெரிதுசெய்தே.

கைபடா தந்தக் கடலையைச் சாவணக்
காவிடுக்கில்
பைய எடுத்துக் கொதிக்கின்ற
நெய்யினுட் பாதிபடப்
பெய்தார், - பெய்தாரா, பெரும்புகை
ஆங்கு பிறந்தெழவும்,
ஐயகோ கண்ணில் அதுபட் டறிஞர்
அயர்ந்தனரே.

மூன்றாம் பதிகம்

விளைவு

காலை விடிந்ததும் கக்கூ செடுக்கின்ற
காளி என்பான்
வேலைக்கு வந்தவன், வீட்டில்
குழந்தை வெறுவயிற்றில்
பாலல்ல, தேநீரே வார்ப்பதற் காகப்
பணிய, அவர்
மேலே யிருந்து வரும்வரை நின்றான்
வெகு பொழுதாய்.

'நல்லவர் மேலவர்; நாளும்விடிய
எழுவதிலே
வல்லவர் அல்லர்; எனினும்
இவ் வேளை வரை உறங்கல்
இல்லையே! நான் தேயிலை வாங்குவதற்
கிவர் உதவி
அல்லவோ வேண்டும்!' என எண்ணி வேலி
அழிஞ்சில் கண்டான்.

படி ஏறிச் செல்லுதல் பாவமன்றோ? அந்தப்
பஞ்சமனும்
நெடிய அழிஞ்சில் மரமேறி,
யன்னலின் நீக்கலிடை
கொடுஞ் சாதனையும் கடுஞ் சோதனையும்
கொடு நடத்தும்
அடிகளுடைய உடல்கண் டலறி,
அரோ, விழுந்தான்.

வீதியில் நின்ற நகர்கா வலவன்
விழிப்படைந்து,
'நீதிச் சரிவு சிறிதேனும்
இப்புறம் நேர்ந்ததுகொல்?
ஏதோ அதிட்டம் இருந்தாற்
பதவி உயர்ந்திடும்!' என்று
ஓதிய வாயனாய் ஓடோடி வந்தான்;
உசாவுகிறான்:

'என்ன, திருட்டா? கொலையா?
திருடன் இவன்! இவனே!'
என்று வெருட்டவும், காளியோ
ஓட்டம் எடுத்தனன்; போய்ப்
பின் தொடர்கின்றான் பொலிசாளன்!
வேறு பிறர் புகுந்து
நின்றனர்; மேலே நிரையாக ஏறி
நிறைந்தனராம்.

சூனியம் செய்யும் தொழிலார் தமதுபோற்
சூழ்ந்திருக்கும்
ஏனையவற்றுள் இனங் கண்டு கொண்டார்
இறந்தவரை;
'தானியம் ஏதும் விளைத்தானா?
இந்தத் தறிதலைக்கு
மானியம் தந்த அரசினர் செய்கை
வறியது!' என்பார்.

ஆனாலும் பாவி அறிஞர் இப்போதோர்
அமரரன்றோ?
நாநோகும் வண்ணம் இறந்தார்ப்
பழித்தலோ நாகரிகம்?
ஏன் நின்றீர்?' என்றே பதின்மர்
இயம்ப, இருவர் சென்றவ்
வானானப் பட்ட அருமேனி பற்றி
அணைத்தெடுத்தார்.

‘உற்றார் இலி; உறவார் இலி; ஆயின்எம்
ஊரில் வந்து
செத்தான்,சிலநாள் இருந்தேதோ செய்து;
சிதையிலிடல்
கற்றார் கடமை! எனப்பகர்ந்
தங்கொரு கட்டிலிலே
சற்றே வளர்த்தித், திருவாசகம் சில
சாற்றுகிறார்.

பாடலைக் கேட்டுப் பரிச்சயம் அற்ற அப்
பண்டிதரின்
கூடெலாம் அற்ற உடலில் ஏதோ ஒரு
சூட்சுமத்தால்
ஓடலாம் போலும் இரத்த மறுபடி!
ஓ, உயிர்பெற்று
ஆடலாயிற்றாம் இடதுகால்; அண்ணல்
அருண்டனரே.

உற்றுற்றுப் பார்த்தார் உலகினை. ‘ஓகோ!’
எனக் குளறிச்
சற்றுப் பொழுதிற் சடலத்தை மொய்த்த
தமிழரெலாம்
கற்பட்டொழிந்த கலைக்கூட்டம் ஒக்கக்
கலைந்துவிட்டார்;
நெற்றி வியர்வை துடைத்தார் அறிஞர்,
நிமிர்ந்தனரே.

நான்காம் பதிகம்

தொடர்வு

மீண்டும் அறிஞர் மெதுவாகத் தம் செயல்
மேசையின் முன்,
மாண்டு பிறந்த மயக்கம் மறந்து,
மறுதலித்தே,
தோண்டி எதையும் துழாவும்
அறிவின் துணையுடனே,
'வேண்டும் தொடுத்த முடித்திடல்!' என்று
வினை தொடர்ந்தார்.

காதலும், கையில் திறனும் ஒருங்கு
கலந்துவிட்டால்
போதரும் வெற்றி; இதுவே
உலகப் பொது விதியாம்;
ஏதனம் மீதில், அடடாவோ,
எஞ்சி இருந்த பொருள்
சேதார மானதைக் கண்டு செருக்கிச்
சிரித்தனரே.

ஓமோம், கடலை ஒரு புறம் தோல்சற்
றுரிந்திருந்தால்
சாமானியமா? கரதலம் தட்டத்
தகுந்த தன்றோ?
நாமோ மனிதர்; கடவுளர்
சட்ட நடப்புகளைச்
சாமா றடிக்கச் சரியாய்த் தெரிந்த
சமர்த்தரன்றோ?

ஆளை அறியா தகப்பட்டுக் கொண்ட
அபலையை அம்
மூளையுடைய முனிவர்
உடைக்க முடிவு செய்து
'நாளையே!' என்று முகூர்த்தமும் வைத்து,
நகம் கடித்தார்;
ஆள வல் லாரன்றோ அண்டம் அனைத்தையும்
அன்னவரே!

அன்றைக் கொருநாள் அயலூருக் கேனோ
அவர் நடந்து
சென்றுற்ற போதிலே, சேணுற்று
நின்ற சில பனைகள்
கண்டங்கு வட்டுள்ளே காய்த்துள்
ளவைகள் கனிந்ததுவும்,
ஒன்றொன்றாய் இந்த நிலத்தில் விழுமென்
றுரைத்தனராம்.

அப்படி அன்னார் அறிவித்த வாறே
அவை கனிந்து;
தொப்பென வீழத் தொடங்கின;
ஆய்வுத் துறையினர்கள்
'எப்படி ஒன்றும் பறந்துவிண்
மீதில் எழவில்லை!' என்
றொப்பினர்; உண்மை இது பாரியதென்
றுவந்தனரே.

'அந்தப் பெரியார் முனைந்தால், அகன்ற
அகிலமுற்றும்
சிந்தப் படுமே! சிறிய கடலை
சிதறுவது
விந்தைக் கிடமா?' என எண்ணிய அவ்
வியனுலகும்
மொந்தைப் பழங்கள் வெறிநீங்கி ஓடி
விழித்ததுவாம்.

கடலை ஒருபுறம்
தோல் சற்றுரிந்திருந்தால் சாமானியமா?

விட்டுணு ஆலின் இலையிலே காலின்
விரல்கடித்து
நெட்டையாய்த் தூங்கிக் கிடந்தவர்
முன்னர் நெருங்கி வந்து
சட்டென நின்றனர் தேவர்,
நமது சமயமெலாம்
எட்ட முயன்றாலும் எட்டாத அந்த
இமையவர்கள்!

'முக்கண்ணனிடம் இதுபற்றி முன்னரே
மூட்டினன்; என்
சொற்கேட்டதும், நம் சொகுசான
சீவியம் சொப்பனமாம்;
எக்கேட் டினுக்கும் இனித்தயார்
ஆகுக! என் றெமது
திக்கந்த மற்ற பிரபஞ்சம் எங்கணும்
செப்பு!' கென்றார்.

'சென்னை யவர்கள் சிறப்பாய் எடுத்த
சில படத்தில்
முன்னை அரக்கர் குலத்தை முடித்த
முதிய கதை
இன்னும் நிலத்தில் இயலாதெமக்கு!' என்
றிவர் கலங்க
அண்ணல் தொடர்ந்து கடலை உருண்டையை
ஆய்ந்தனரே.

ஐந்தாம் பதிகம்

முடிவு

இங்கனமாக இரவும் பகலும்
எடுத்த பணி
எங்கனம் தெற்குத் திசையினுக்கெட்டிய
தென்றறியோம்!
'றிங்' கென வீட்டுப் படலையிலேநின்
றெழுந்தமணி
அங்கு துவிச்சக்கரவண்டி வந்த
தறிவித்ததே.

'தந்தி!' எனநின்று சத்தமு மிட்டான்;
தயங்கி உள்ளே
வந்து கொடுக்கவும், வாசித்துப்
பார்த்து, மகிழ்வு கொண்டு
தந்தார் வாய் நன்றி மொழிகள்
சில; பின் தனித்திருந்தார்
மந்தியிற் தோன்றி மகானாகி விட்ட அம்
மானிடரே!

'கடலை உடைப்பிற் கவனம் செலுத்திக்
கனமுயற்சி
உடையீர்! வெளித்தோல் உரித்தீர்
எனவும் உளவறிந்தோம்;
நெடுக இவ் வாய்வுகள் நாங்களும்
இங்கே நிகழ்த்துகிறோம்,
முடியுமோ தாங்கள் நமதூர்க் கழக
முதன்மைகொள?

'படையை நடத்திச், சுதந்திரம் என்பதன்
பண்புகளின்
எடையைச் சிறிதும் அறியா
'இசங்கள்' எடுத்த இனம்
உடையத் தொடுத்த தருமயுத்தத்தில்
உமது பங்கை
அடைய வருமா றழைத்தோம்; தெற்கத்தை
அதி அரசோம்;

'போரில் அவரைப் புறங்காணு தற்குப்
புதிய வழி
நேரும் உம்மாலென நேற்றொரு கூட்டத்தில்
நிச்சயித்தோம்;
வாரும்; இங்குள்ள வளமெலாம்
தங்களைச் சாரும், ஒன்று
சேரும் அறத்தினொடும்; நாளை அஞ்சல்
தொடரும், இதோ!'

இவ்வாறு கண்ட இரகசியத் தந்தி
இன்புறுத்த,
'ஒவ்வாத செய்த உலுத்தர் குலத்தை
ஒழிக்க இன்றே-
செல்வோம்' எனக்கொண்ட தீர்மானத்தோடு
செயல் புரிந்தார்,
செவ்வாய், புதன், வியாழன், வெள்ளி என்று
தினம் நகரும்.

'இரண்டாய்க் கடலை தனைத் தகர்த்தல் வந்
தியலுமெனில்,
உருண்டையே ஆன உலகையும்
பின்னால் உடைக்கவல்ல
திறன் வாய்ந்த சத்தி திரட்டிடலாகும்
திறமிருந்தால்,
'கறன்'றாக்கல் கூடக் கடலையால் ஆகும் இக்
காசினிக்கே!

'அல்லாமலும், இவ்வழிப்பு வலியினை
ஆண்டுகொளும்
வல்லமை பெற்றால் வளியற்ற
வானவெளி வழியே
செல்வோம்; இவ்வண்டச் சிறுசிறு மூலைச்
சிறப்பையெல்லாம்
கல்லா தொழியோம், இதற்கெல்லாம் அன்னவர்
கை உதவும்!'

சந்தைக்குச் சென்று கடலை வகைபல
சாக்கினில் தம்
பொந்துக்குள் வாங்கிக் குவித்தார்;
மிளகாய்ப் பொடி கொணர்ந்தார்;
பந்துபந் தானவை பம்பாய் வெங்காயம்
படிக் கணக்கில்,
கந்தம் சிறந்த கறுவா கராம்பொடு
கட்டி வைத்தார்.

பின்னால் தொடர்ந்த கடிதப் பிரகாரம்
பேயிருளில்,
எந்நாட்டவரும் உறங்கும் பொழுதில்
இறங்கிவந்து
முன்னால் இருக்கிற முற்றத்தில் நின்றதும்,
மூதறிவு
தன் மூட்டை யோடத் தனி 'வாணி' ஏறும்
தயவு செய்தே!

ஆறாம் பதிகம்

செலவு

அந்த நாளெல்லாம் அகோரப் பெரும்போர்
அலைகடல் சூழ்
கந்தப்பர் வாழும் உலகினைச்
சூழ்ந்து கலக்கியது;
சிந்தனையாளர் புவிமாதின் பாரம்
சிறிது செய்யத்
தந்திரம் ஆயிரம் கூடி முயன்றனர்
சந்ததமும்.

ஆழ்கடற் செல்கிற கப்பல்களின
தடிவயிற்றைக்
கீழிருந் தோடும் வகையின
விண்டு கிடத்தி விடும்;
ஊழினை அந்த விதம் உடையோர்கள்
உடன்மிதந்தோர்
வீழுவர், மூழ்குவர் ஆழியின்கீழ்; நில
வாழ்விழப்பர்.

ஈசலே போலஈ ராயிரம் 'வானி'
இடர்ப்படுத்தி
வீசுவதுண்டு வெடிகல்
இவைவந்து வீழ்கையிலே;
தூசி பறப்பதும்; தூங்கிய பேர்கள்
துயில்கலைந்து
மேசையின் கீழே முடங்கலும் உண்டாம்
வெகுசிரமம்!

யுத்தம் எனக்கொலை யுத்திகள் காட்டி,
உலகில் வெறும்
சத்தமும், கூச்சலும் ஆனதே யன்றிச்
சரிந்தவர்கள்
அத்தனை இல்லை! எனினும்
நிலைமைபல் லாண்டுகளாய்ப்
பத்திரிகைக்குலம் அச்சாவதற்குப்
பயன்பட்டதாம்.

போர்க்களம் எங்கும் பலர் சுடுவார்கள்
புசுபுசென்று;
வேர்க்கும்; கால் கைகள் ஓடிவர்,
விழுவர் அவ் வேளை சிலர்;
பார்க்கும் படியாய் அவற்றைப்
பிறபேர் படமெடுத்துச்
சேர்ப்பர் திரையில்! எத்திக்கும் கரைச்சல்
சில இருக்கும்.

ஆதலால் இந்த அமளிக்குள் இல்லையாம்
ஆய்வகங்கள்;
சாதல் நுழையாப் புவியின்
துருவத் தனிப்புறத்தே,
தீதற்ற வெள்ளிப் பனிப்பாறைப்
பாலைத் திருவிடத்தே
மேதகு ஞானிவிண் வீதி வழியே
விரைந் தடைந்தார்.

அங்கே அவருக் கமோக வரவேற்பு!
அறுபதுபேர்
கங்குல், குளிரைக் கவனியா தே அக்
களத்தில் மொய்த்துப்
பொங்கும் மகிழ்ச்சியிற் பூரித்தனர்;
மாலை போட்டுவந்தார்;
சங்கீதமும் அவர்தம்பாணியிலே
சமைத்தனராம்!

காட்டிலே அந்தக் கடலைக் கழகத்துக்
காரியமோ
நாட்டவர் யாரும் அறியாத வண்ணம்
நடக்கிறது;
கேட்டறிந்தானேல் பகைவன்,
அதனால் கெடுதியன்றோ?
கோட்டை அங் குண்டு நிலத்தின் அடியினில்
கூடுதற்கே!

அரசாங்கத்தார் இவ் வலுவலுக் காகவே
ஆண்டுதொறும்
ஒருகோடி கோடி இலட்சம் பவுண்கள்
ஒதுக்குகிறார்
இருந்தாலும் இன்னார் கடலையினில்,
இன்னும் இம்மியுமே
உரியாதிருந்தனர் தோல்கூட என்பதும்
உண்மையன்றோ?

'கிழக்கின் பழைய அறிவெலாம் சேர்ந்து
கிடைத்ததுபோல்
அழைக்க வந்தீர்கள்; அதனால் எம் நன்றி;
அமர்ந்தினிமேல்
முழுக்க ஆராய்வில் முழுகுவோம்!'
என்று மொழிந்தனராம்;
'இழக்க வராதெம் இலக்கு!' என்றறிஞர்
இசைத்தனரே.

ஏழாம் பதிகம்

உடைவு

துர்நாற்றம் போக்கித் துடைத்துச் சூடுட்டிய
தூய அறை;
கர்நாடகமான தல்லாப் புதிய
கருவிபல;
மின்னல் வயரில் குழாயிலே வெந்நீர்;
மிக அருகில்
பர்னாந்தி என்றோர் பணிவிடைக்காரி
பழகுகிறாள்!

ஒத்த மெய்ஞ்ஞான அறிவுடை யோர் உளர்
ஒன் பதின்மர்,
பித்தரே போலப் பெரிய பெரிய
பிற முயன்றோர்;
அத்தனை பேரும் அவருக்குதவ
அமர்ந்தனர்; ஓர்
சித்திரை மாதம்; இரவு மணி பத்
தரை இருக்கும்.

'தின்னுதற் கேற்ற கடலையைப் பாகத்
திறமையினாற்
பண்ணுதலாகும் பலகூறு!'
எனும் கொள்கை பற்றினராய்
மின்னடுப் பொன்றை மிகவும் எரித்து
வெடுக்கென ஊர்
மண்ணினால் ஆன தொருசட்டி வைத்தார்,
மனம் களித்தார்.

சட்டியில் சூடு தகிக்கும் பொழுது
தமதிடுப்பில்
இட்டுக் கவனமாய் இங்கு கொணர்ந்த
அதை எடுத்தார்;
'எட்டுத் திசையும் இனிமேலுக்
கென்புகழ் ஏற்று!' கென
எட்டவே நின்றக் கடலையைச் சட்டியில்
இட்டனரே.

ஒற்றைக் கணமோ எதுவும் நிகழா
தொருயுகமாய்
முற்றிற்று; இறுக்கமாய் மூடிக் கிடந்த
முழு அறையும்
மற்றக் கணத்தில் மலையே பிளந்திட்ட
மாதிரியாய்
இற்றுப் பிளக்க, இரண்டாய்த் தெறித்த
தெழிற் கடலை!

எற்றித் திறபட் டெறிபட்டுப் போன
இருங்கதவால்,
முற்றத்தினில் வீசப்பட்டுக் கிடந்தார்,
முறிந் தொருவர்;
கற்றுக் கனிந்தவர் மற்றோராள்
காற்றிற் கலந்துவிட்டார்!
சுற்றுப் புறத்தில் சுடுகாடுபோற் தீ
சுழல் கிறதே!

'பூமியின் கீழிப்புதிய முயற்சி
புரிந்ததனால்
நாமுளோம் இன்று!' நகைத்தனர்
நாட்டை நடாத்துபவர்;
'போமினி எங்கள் புலைப்பகை!'
என்றும் புளகமுற்றார்;
சாம்படி நேர்ந்தவர்க்காகப் பெரிய
சமாதி செய்தார்!

கண்கள் இரண்டும் சிதறுண் டவராகக்
காட்சியற்றுப்,
புண்கள் உடலிலே பெற்றவராய்க்,
கைகால் போனவராய்,
எண்களில் வல்ல கந்தப்பர் கிடந்தார்,
இறைச்சியென!
மண்கிலி கொண்டது; மாணாக்க னாரோ
மரிக்கவில்லை!

அத்தோடு மட்டும் இலாமல், தலையில்
அவர் வளர்த்த
சிற்றுயிர் என்றும் சிதையா
திருந்த திறம் அரிதே!
சத்தமே போதும் சதகோடி
பேரைச் சரிப்படுத்த
இத்தனைக்குப் பேன் இறவாத தென்னோ?
எதன் விளைவோ?

பேனும் அவரும் பெரியாசுப் பத்திரிப்
பின்னறையில்
காணாப் புதிய கவனிப்புள் ளாகினார்;
கால், கரம், கண்
ஆன புதிதாய் அமைத்துக் கொடுக்க,
அணிந்துகொண்டு
போனார் அறிஞர் மறுபடி, ஆய்வுப்
புறத்தினுக்கே.

எட்டாம் பதிகம்

நிறைவு

வேறு புதிய அறிஞர் கந் தப்பனார்
விட்டதனை
ஆற விடாமற் தொடர்ந்திருந் தார்கள்;
அவர் வரவால்
கூறு படுத்தும் குறுக்கு முறைகள்
குவிந்தனவாம்
நீறு படுத்தி எதையும் நொறுக்கும்
நெறி தெரிந்தார்!

தூங்கிக் கிடந்த பகைவரின் தீவினைத்
தூர நின்றே
ஓங்கி எறிந்த கடலை வெடியால்
உடைத்துவிட,
நீங்கிற் றது நம் உலகப் படத்தினும்
நின்று! இதன்பின்
தாங்க முடியா தெதிராளி ஓடிச்
சரண் புகுந்தான்!

ஊரை அழித்தே ஒருகோடிப் பேரை
ஒழித்தெனினும்,
போரை முடித்த புளகத்தில்
தெற்குப் புலத்தரசு-
காரும், விமானமும், காசும்
அறிஞர் கரத்திலிட்டு
'நீர் உம் தொழிலைத் தொடர்வீர்!'
என வேண்டி நின்றதுவே!

'சமாதான காலத் தொடும் உமதாய்வைச்
சமனுறுத்தி,
உமதெண்ணம் போலே கடலை உடைக்கும்
உலை அமைத்து,
நமதாணைக் குள்ளவ் வுடைப்பின் வலியை
நசுக்கி வைத்தால்,
தமாசாகும்!' என்றனர்; தந்தார் உதவிடத்
தக்கதெல்லாம்

ஆர்வமே மிஞ்சி அதனால் உலகை
அழிக்க வெனச்,
சேர்வையாற் செய்த கரத்தோடு
சிந்தை செலுத்தி வந்த
பார்வை உடைய பளிங்கு விழியப்
பழம் புலவர்
சோர்விலார், மீண்டும் தொடங்கிய யாகம்
சுவை உடைத்தே!

சாக்கிலே தாம் முன் கொணர்ந்த கடலை
தமைச்சலித்துப்
பார்க்கிறார்; ஏற்ற தெரிந்து புடைத்துப்
பலநிலையுட்
போக்கினார், ஒன்றை ஒருநாள்
புலரிப் பொழுதினிலே,
'காக்க என் வன்மை!' என மெள்ள இட்டார்,
கலசமொன்றில்.

அடுப்பிலே அந்தக் கலசத்தை இட்டார்;
அருகிருந்த
சுடர்த்தொடி பர்னாந்தி அந்த
அறிவாளி சொற்படியே,
அடக்கிய ஆசையுடனே புரிந்தாள்
அலுவலினை;
கடமை கரத்திலே, காதலோ கண்ணிற்
கனிந்திருக்கும்!

பச்சைத் தண்ணீரை அப் பானையில் வார்த்தாள்;
பழப்புளியில்
இச்சைப் படியே கரைத்தூற்றினாள், அவர்
ஏவியதால்;
அச்சப் படாமல் மிளகாய் வெங்காயம்
அரிந்தும் இட்டாள்.
மெச்சத் தகுந்த பெருங்கா தலுக்கும்
விளக்க முண்டோ?

சந்தக் கவிபோற் கடுகு வெடித்தது
தாளிதத்தில்;
அந்தப் பொழுதில் அறையெல்லாம் மேவி,
அடிவயிற்றில்
வெந்த பருப்பு வெகுவாய்க் கமழ்ந்து
பசிவிளைக்கச்,
சுந்தர மாகச் சுகமாய்க் கடலை
உடைந்ததுவே!

கட்டுப் படுத்திக் கடலை பிளந்த
கடும்பணியை
எட்டுத் திசையாரும் ஏற்றி
விழாநூ றெடுத்தனராம்!
திட்டமோ பன்னூ றெழுந்தன மண்ணில்;
திருந்திழையோ
எட்ட நகர்வார் இதயம் எட்டாமல்
இரங்கினளே!

ஒன்பதாம் பதிகம்

உயர்வு

பாலோ டுணவு படைத்தாலும், அந்தப்
பழம் பெரியார்
தோலோ அழுகத் தொடங்கும்;
கடலையைத் தொட்டவினை!
ஏலாது போயிற் றிவர் காதல்
வேண்டி இறைஞ்சி நின்றாள்
பால் அன்பு காட்டலும்; பாலை இழந்தே
பரிதவித்தார்!

ஆனாலும் அந்த அழகி அறிஞர்
அயல் அகலாள்
தானே அந் நாட்டின் நளாயினி ஆனாள்;
அத்தாரகை பின்
ஓர் நாள் அவிந்தது, உடலிற்
புதியதோர் ஊறுகண்டு!
'சா நன்று வாழ்வினும்!' என்றம் முதியர்
சலிப்படைந்தார்.

வயிற்றிற் கடலை வலிகண்ட தோர்நாள்;
வயித்தியர்கள்,
பயிற்றப் பட்டோர்கள், வயிற்றை அகற்றிப்
பதித்து விட்டார்,
இயற்றிய நைலோன் இழையால் அமைந்தவே
றொன்றினையே!
அயல்உறுப் புக்கள் பழுதாக, மேலும்
அதே புரிந்தார்!

மூச்சு விடும் பை இறப்பர்த் துணியின்
முழங்களினால்
ஆச்சுதாம்; மார்புள் அடித்த இதயம்
இரத்தம் அள்ளிப்
பாய்ச்சும் கருவிக் கிடமாச்சு! 'வற்றறி'
பண்ணி வைத்தார்,
ஓச்சும் படி அவ் வுடலினைச், சோர்வே
உறாதபடி!

எலும்புக் குருக்கன்றோ ஏற்ற பொருளாம்?
இறைவர் வைத்த
பலம்போதா வற்றைப் பறித்தெறிந் தார்கள்;
பலபடி மெய்ந்
நலங்கா ணுதற்கும் மருத்துவ வேலை
நடந்தொழியக்
கலம் முற்றும் கட்டிக் கொடுத்ததே யானார் நம்
கந்தப்பரே!

ஆவி ஒன் றேஅவ் வமலர் அளித்த
தகத்திருக்கச்,
சாவினை அஞ்சாத வண்ணம்
நிறையத் தமது வசம்,
தேவை ஏற்பட்டாற் றிறந்து
பொருத்தித் திருத்துதற்குப்
பாவிப் பதற்காய்ப், பல உடற்கூறும்
பதுக்கி வைத்தார்.

ஆராய்ச்சியின் பால் அதிகம் வலிவை
அழித்திடினும்,
ஆரோக்கியமா இழந்திடல் கூடும்?
அடுத்த கணம்
சீராக்கிடலாம் சில 'வற்றறி'களைச்
செம்மை செய்து!
கூராக்கி வந்தாராம் மூளையை, எண்ணெய்
குளித்து வந்தே!

சிந்தனை கூடச் சிறுமிசின் ஒன்று
சிரசிருந்து
சொந்தத்திற் செய்து வருதல் சுகமன்றோ?
சொப்பனமும்
தந்த திரவில், தரக்கோரும் போது!
சனம் விரும்பி
வந்து, 'கடலைப்பிணி!' என்று கூறினர்;
மாறினரே!

இப்படியாக இகத்தோர் செயற்கை
உடல் எடுக்கக்,
கைப்பொடும் கண்ணீ ரொடும் ஓர் கடலை
கடவுளிடம்,
'எப்படி ஏற்கும் எமக்கிவ் விகழ்ச்சி?'
எனமனு ஒன்று
ஒப்பமிட்டே கேட் டெழுதிற்று
இவரும் உளம் நெகிழ்ந்தார்.

ஆயினும் வானத் தவர் என்ன செய்வார்?
'அது' பிளந்து
போயின தென்ற புதினம்
புதிதன் றவர் செவிக்கு;
நோயினும் மாட்டி எடுக்க ஒண்ணாமலே,
நூதனமாய்
மாய மனிதர் வளர்ந்தமை கண்டு
மறுகினரே!

பத்தாம் பதிகம்

இழவு

தேவாதி தேவர் எவரையும் ஒன்று
திரட்டி அவர்,
'மூவாதார் ஞாலத் தவர்தம்
நிலையினை முன்னர் வைத்து
நாமொரு தேர்தல் நடாத்துதல்
அன்றோ நலம்?' எனவும்,
'ஆமாம்!' என அங் கெழுந்தன கோடி
அமர ஒலி.

'அழியா உயிரை உடலில் அடைத்தவர்க்
கன்று தந்தோம்;
பிழையே புரிந்தோம்; பிழைப்போமோ நாளை?
அப் பித்தர் குலம்
இழவே நமக்குக் கொணரும்!'
என எண்ணி ஏங்கினராய்,
அழவோ சிரிக்கவோ என்றறியாமல்
அலைக்கழிந்தார்!

'கந்தப்பர் போலவே காசினி எங்கும்
கலம் புதிதம்
மந்தைகள் கொண்டன இன்றைக்கு;
நாமினி மாய்வம்!' எனப்
புந்தி கலங்கித் துடித்தனர் தேவர்,
புழுக்களைப் போல்;
தந்தையோ, 'தேர்தலிற்தாம் வென்றால்'
என்றிவை சாற்றுகிறார்.

'உட்கார்ந்து விட்டோம் பலஊழி; மண்ணவர்
விண்ணவரை
மட்கவ்வ வைத்தார்; வரலாறு மீண்டும்
மறுபடியும்
பட்ட அவற்றைப் படுவிக்கும் பான்மைத்தாம்;
பார்த்திருப்போம்
கட் கூர்மை செய்து, இரு கையுடையாரைக்
கலி ஒழியும்!

'தருமத்தின் வாழ்வினைச் சூது போய்க் கவ்வும்!
சரிவருமாம்,
ஒருசற்றுப் போதினில்! உன்னத வாழ்வோ
டொளி பிறக்கும்!
சருவத்தை நாங்கள் அடுப்பிலே ஏற்றிச்
சமையல் செய்வோம்.
'கிரிவத்தை' வென்ற அமுதத்தை உண்டு
துயில் கிடப்போம்!

'இப்போதைக் கின்றை நிலை அஞ்சேல்' என்றவ்
விறை முதல்வர்
அப்போதைக் கேற்றுப் பிரசங்கம்
நீளமாய் ஆற்றிவிட்டுத்
''தப்பேதும் நேரின் 'இருக்கை'
துறக்கத் தயார்?'' எனவும்
செப்பினார்; கேட்டுச் சிலிர்ப் படைந்தாறினர்
தேவரெலாம்

பாற்கடல் மீதிற் படுத்தவர் ஏதும்
பகரவில்லை;
காற் றேதும் ஆகா திறைவரால்
என்பதைக் கண்டனன்; புண்
மாற்றிக் கண்ணாக மறுவடைந்தோனோ
மலைத்து நின்றான்,
நேற்றங்கு வந்த பர்னாந்திபால் நெஞ்சாய்!
இவைகள் நிற்க:

ஒன்றே உலகம் என ஆகி, மண்ணில்
உடைமையெலாம்
அன்றே எவர்க்கும் பொதுவா கியதாம்;
அதைத் தொடர்ந்து
சென்றோர் தவிர்ந்திட, நின்றோர்
ஒரே ஆலையிற் பிறந்தோர்
என்றாகியதாம்; எவரும் ஒரே அச்
செழுந்தனரே!

கந்தப்பராயிக் கலிகாலக் காரர்கள்
மாறிநின்ற
விந்தை நிலையில் இறேடியோ
மூலம் விசை அழுத்தி,
முந்தி மனிதக் குலத்தையே
ஓராள், முடுக்கினனாம்!
அந்தக ராகி அடிமையர் ஆனார்
அடுத்தவரே!

தற்செயலாகத் தலையாள் அனுப்பும்
சமிக்கினையில்
அற்பப் பிசகொன்று நேரவும்,
மானிடம் ஒன்றை ஒன்று
பற்றி உடைக்கப், பலியா னதினம்!
பழம் பிரமம்,
'முற்றிற்று; மீண்டும் முயல்வோமே!' என்னும்
முறுவலித்தே!

1967

தகனம்

1
சதுரங்கம்

தூயதான துரிய நிலையிலே
சுத்த மாயையின் உட்புறம் நின்று, தன்
தீ எழுந்து சுடர் விரி மேனியின்
சிந்தும் வேர்வை துடைத்து நிமிர்ந்தனன்.
காய நின்று கனன்ற நுதல் விழி
கங்கை நீர்த்துளித் தூறல் குளிர்த்திட
வாய் திறந்தொரு கோரச் சிரிப்பினை
வாரி வீசி மலர்க்கரம் கொட்டினான்.

கேட்க யாரும் இருந்திலர்; அன்னவன்
கேண்மை பூண்ட அப் பச்சைக் குமரியும்
தாட்சிலம்பை வணங்கி நிமிர்ந்தவள்
தானும் அன்னவன் பாதியாய் ஒன்றினாள்.
ஆட்சி செய்து பழக்கமே ஆயினும்,
'ஆள ஒன்றுமே இல்லை' எனும் தனி
மாட்சி சான்ற நிலை அது; ஊழிகள்
வந்து கூடிய மையக் கணம் அது.

அண்ட கோடி அனைத்தும் ஒடுங்கிய
அந்த வேளை! அதற்குச் சிறிது முன்
சண்ட கோர அழிப்பு வெறியொடும்
சங்கரித்த சமயத்து, நாள்களோ
துண்டம் ஆயின; தூள், துகள் ஆயின.
துகள் தகர்ந்து துகட்டுகள் ஆயின.
கண்ட நீலன் கருதிடு முன்னரே
கால சூத்திரக் கட்டும் அறுந்தது.

தூமகேதுகள் தொய்ந்த தலையொடும்
சூலபாணியை நோக்கி நெருங்கின.
காம வேளும் கமலக் கடவுளும்
கண்ணன், இந்திரன் என்பவர் தொட்டுள
யாவரும் துறந்தார், உடல்; யாவையும்
ஈசன் பாதத்தில் எய்தி அடங்கின.
பூமிகள் பல கோடி அநந்தமாய்ப்
போய் அடைந்து சரணம் புகுந்தன.

கோரமாகச் சிரித்த சிரிப்பிலே
குலை நடுங்கி எவரும் விழுந்திலர்,
யாரும் எஞ்சி இருந்திலர் ஆதலால்!
இந்த வேளையில், வெண்ணிலா வேணியன்
பார்வை, காலடி மீது விழுந்தது.
பற்பலப்பல கோடி உலகமும்
சார வந்தொரு சிற்றணு ஆகிய
தன்மை கண்டு கரத்தில் எடுத்தனன்.

நெற்றிக் கண்ணைத் திறந்தவன் பார்வையால்
நீறு பட்டதச் சிற்றணு; நீற்றினைச்
சற்று நேரம் கவனித்துப் பார்த்தபின்
சடையிலே அதைச் சூட்டி, வெறுமையின்
முற்றெனும் தனிச் சூனிய மத்தியில்
முறுவலோடொரு நாட்டியம் ஆடினான்.
'வெற்றி என்ன? வெறி என்ன?' என்றொரு
மென்மையான குரல் ஒலி கேட்டது.

பச்சை மாது பரமனின் பாதியாம்
பழைமை மாறி இறங்கி நடந்தனள்.
கச்சு விம்ம வளர்ந்தன மார்பகம்.
கண்ணுதல் விழிப் பார்வையின் சூக்கும
இச்சை செய்த இடக்கின் விளைவுதான்!
இனிய பாலும் சுரந்து வழிந்தது.
நச்செறிந்தொரு பார்வையை எய்தவள்
நானிலங்கள் படைத்திட வேண்டினாள்.

விம்மி நின்ற பிரணவம் 'ஓம்' என
விந்தை நாதம் எழுப்பும் உடுக்கையின்
செம்மையான ஒலிப்பில் எழுந்ததும்
திக்கினோடு திகந்தமும் தோன்றின.
அம்மை சிந்தை களித்து நகைக்கிறாள்.
அந்த இன்னொலிச் சின்னக் குமிழிகள்
உம்மென்றூதி உருண்டு திரண்டன.
உடுக்கள் ஆகி வெறுவெளிச் சென்றன.

பரம சைவத்தி பாட்டொன்று பாடினாள்.
பார் பலப்பல தோன்றிப் பரந்தன.
பிரமர் என்பவர் பின்னர் பிறந்து, தம்
பெரிய வேலைகள் செய்யத் தொடங்கினர்.
அரி எனும் பெயரோடு கரத்திலே
ஆழி பற்றித் தொழில் செய்ய முந்தினார்
பரபரப்புடன் பற்பலர்; ஆங்கொரு
பாறை மீதிலே பார்வதி குந்தினாள்.

ஆதிக் காதலன் அம்மையை நோக்கினான்.
'ஆன்ம கோடிகள் ஆதரவின்றியே
வாதனைப்படுகின்றனர்; ஆதலால்
மற்றவர்க்கும் உடல் தர வேண்டுமே!'
ஓதினாள் உமை; 'ஓம்' என்று சொன்னதும்
உலகம் எங்கும் உடல்கள் அசைந்தன
'போதுமா?' என்று கேட்க, அக்கன்னியோ
'போங்கள்!' என்று நிலத்தினை நோக்கினாள்.

சென்று கையினைப் பற்றினான், சங்கரன்;
செந்தழல் நிற மேனி வியர்வையால்
அன்று வெம்மையும் ஈரமும் ஆனதை
அறிந்து சேலையால் ஒற்றத் தொடங்கினாள்.
நன்றி நின்ற முகத்தொடும் நோக்கினான்,
நம்பன்; அப்பிரதேசம் குளிர்ந்தது.
குன்றிருந்து குளிர் புனல் பாய்ந்தது.
கொள்ளை இன்பக் குலாவல் நிகழ்ந்தது.

பனி படர்ந்து பருத்த கொடுமுடிப்
பாங்கர் எங்கும் ஒளி வள வெண்மையே-
கனிவு பொங்க, உடல் சிலிர்க்கின்றதோர்
கால கோலம்! அதனிடை ஆயிழை
இனிமை பொங்க எடுத்த குரலிலே
ஈசன் சொக்கினான்; சொக்கனே ஆயினான்.
கனி இரண்டவள் வாய்; அதனால் அவை
கணவ மூலவன் உண்ணுதல் எண்ணினான்.

வேட்கை கொண்டவன் போல அணைந்தனன்.
வேய் பதுங்க மிளிர்ந்திடு தோளினாள்
'ஆட்படும் சுவை ஆர விரும்பினாள்
ஆம்' எனும்படி ஆட்படல் ஆயினாள்.
நாட்கள் போயின; நாழிகை போயின.
நாயகற்குப் புதிய சுவை தரும்
சூழ்ச்சி ஒன்று தொடங்கினாள் மாயவள்.
சூது நோக்கி எழுந்து நடந்தனள்.

கொண்டு வந்து பலகையை வைத்தவள்
குழைந்து நின்று சதுரங்கம் ஆடிட
அண்டர் கோனை அழைத்தனள்; அன்னவன்
அதற்கிசையவும் சூது தொடங்கினர்.
கெண்டைநோக்கி இடையிடை வென்றனள்.
கேலி செய்து தலைவனைத் தூண்டவும்
பண்டை ஞானி இடையிடை வென்றனன்;
'பார்வதி!' என மூரல் முகிழ்த்தனன்.

'எங்கள் மைந்தர்கள் என்ன நிலைமையில்
இருக்கிறார்களோ!' என்றனள் பார்வதி.
கொங்கை என்ற குவட்டின் தழும்பினைக்
கொண்டிருக்கும் பழக்கம் உடையவன்
அங்கலாய்த்த அவளை விட்டப்புறம்
அகன்று கொஞ்சம் விலகி அமர்ந்தனன்.
மங்கை அன்பொடு மக்களை நோக்கினாள்.
மக்கள் செய்கையின் உட்கிடை பார்க்கிறாள்.

முருகையன்

2
மனிதர்கள்

கொம்பு முறிந்து சரிந்தது, கூடிக்
கூனி இருந்த குரங்குகளோடும்
கும்பிட என்று குனிந்தது தென்னை;
குப்புற வீழ்ந்து மடிந்தது; காற்றிற்
பம்பரம் போலக் கமுகு சுழலும்;
பல்லை நெருமிடும் மேகம்; ஓர் ஈட்டிக்
கம்பை எறிந்தவன் ஆடவன் முன்னால்,
காலடி மீதில் இறந்தது வேங்கை.

காடு நடுங்கிற்றுக் கால்கள்; இரண்டு
கண்ணும் பிடுங்கிற்று மின்னொளி நின்று;
ஓடிடும் மான்களை அன்னவன் பார்த்தான்;
ஒன்றினிலே குறி வைத்தனன்; மூங்கில்
ஊடு நுழைந்ததை ஊதிடும் காற்றில்
ஊளை பிறந்து திரிந்தது காட்டில்;
மூடி இருண்டது திக்கு முழுக்க;
மூண்டது நீள் புயல் ஊழி நிகர்க்க.

தூரத்திலே மலை உச்சி வெடித்துத்
துப்பும் நெருப்பில் அழிந்ததிருள் போய்;
ஈரப் பெருமழை பெய்து நனைந்த
இன்பத்தினோடவன் எட்டி நடந்தான்.
பாரத்தை ஒத்த தன் மேனி குனிந்தான்.
பாட்டில் எழுந்துள்ள மான் கண்டு, கண்ணின்
ஓரத்திலே துளி நீரை உகுத்தான்.
ஓமோம், உயிர் ஒன்றை உண்டதுணர்ந்தான்.

ஈட்டியை மெல்ல எடுக்க இழுத்தான்;
ஏதும் அங்கோலம் எழுந்திடவில்லை.
நீட்டிய கொம்புகள் சேற்றில் அழுந்த
நித்திரை போலக் கிடந்த அக்கன்று
வாட்டம் எலாம் விழி வட்டத்தின்மீது
வைத்தது கண்டனன்; வாரி எடுத்துப்
போட்டனன் தோளினில்; மீட்டும் நடந்தான்;
போகையிற் சிந்தனையுள்ளே புதைந்தான்.

ஆறு விழுந்தடித்தோடும் வழியின்
அந்நெடும் புற்கதிர் வெட்டி அடுக்கிச்
சோறு கிடைக்கிறவாறும் நிகழ்த்தும்
சொப்பனம் ஒன்றினைக் கண்டிடலானான்
பாறி விழுந்த மரங்கள் தடக்கப்,
பாம்புகள் மீதிரு காலும் சறுக்க
வேறு பலப்பல எண்ணி இருண்ட
வெற்று மலைக்குகை வீட்டை அடைந்தான்.

உடுப்பைக் கழற்றி எறிந்து, புலியை
உரித்துக் கிடைத்த அக்கோவணம் இன்றிப்
படுத்துக் கிடந்தனன்; தூங்கிடலானான்;
பசித்துக் களைத்ததை முற்றும் மறந்தான்;
இடுப்புக்கும் தோளுக்கும் நெஞ்சுக்கும், எந்த
இருப்பொக்கும் எஃகொக்கும் என்றிடில் ஒக்கும்?
அடுப்பொத்து வெந்திடும் காதலள் ஆனாள்;
அழைப்பொக்கும் ஓர்பெண் அவ்வாண்மையைக் கண்டாள்.

கறுப்பிக்குப் பல் மட்டும் பால் போல வெள்ளை;
காரிருட் கூட்டத்தைக் கத்திக்கும் மின்னல்
பிறப்பிக்கும் வாய் விண்டு பேச்சுக் கொடுத்தாள்:
பீதி கொண்டாள் என ஓடி அணைத்தாள்;
வெறுப்புக்காளாம்படி அன்றவள் மேனி;
விருப்புக்கெல்லாம் உடல் பெற்றுச் சமைந்தாள்;
நறுக்கென் றவன் தோள் கடித்தனள்; ஆணோ
நடப்பைக் காணாது திரும்பிப் படுத்தான்.

திகைத்துப் புரண்டிடச் செய்தனள் மாது;
திடுக்கிட்டவன் விழிப்புற் றெழும்போது
நகைத்துப் படர்ந்தனள் மேனியின்மீது;
நறுக்கப்படா நெடுங் கூந்தலிற் பற்றி
அகற்றப்பட்டாள் அவள், ஆடவனாலே;
அலுத்துக் கிடக்கையில் ஆடல் ஓர் கேடா?
பகைத்துச் சினந்தொரு பக்கம் நகர்ந்து
பார்வையை மண்ணில் அப்பாதி பதித்தாள்.

விழியை கசக்கினள்; விம்மப் பிடித்தாள்;
விடிவைக் காணாத இருளைச் சபித்தாள்;
மொழியற் றழுகையில் மூழ்கித் துவண்டாள்.
முடிவற்ற காமத் திடரிற் தவித்தாள்;
பழியைப் புரிந்தவன் பாதி இறந்து
படுத்துத் துயில்வதைப் பார்த்துக் கொதித்தாள்.
அழியச் சொன்னாள், இவ்வுலகத்தை முற்றும்;
அவதிப்பட்டாள் கை விரலைக் கடித்தே!

ஒரு கல்லைத் தூக்கி மற்றொன்றில் உடைத்தாள்.
ஒளி வெட்டி மின்னிற்று; மின்னிச் சிரித்தாள்.
எரியத் தொடங்கிற்றுச் செந்நெருப்; பந்த
எழிலைக் கண்டே மெய் புளகித்து நின்றாள்;
அருகிற் கிடந்தவை அள்ளிக் கொளுத்தி
அதனிற் களித்தனள்; கொம்பிற் பிடித்துக்
கருகப் பொரித்தனள் மானை எடுத்து;
'கம்'மென்று வாசம் பரந்ததெழுந்து.

சமையற் கலை பிறப்புற்றது; பேடு
சாப்பிட ஆளனைக் கூப்பிட்டுப் பார்த்தாள்.
இமையைத் திறந்திலன் காதலன்; அன்னாள்
இசையைப் பிழிந்ததைக் கேட்டிலன், காதால்;
சுமையைத் தனம் எனக் கொண்டு சுமந்து
சுழலத் தெரிந்த விழிகள் சுழற்றி
அமைதிக்குள்ளே கிடந்தாரத் துயின்ற
அவனுக் கயலினிலே சென்றமர்ந்தாள்.

அச்சப்படும்படியான இருட்டை
அகலத் தொலைத்த தடுப்பு வெளிச்சம்;
பச்சைத் தளிர்ச்சிறு கச்சைக் கழற்றி,
பக்கத்திலே அவள் சொக்கிச் சரிந்தாள்;
எச்சிற் படுத்தக் குனிந்தனள், ஆணை;
எதற்குத் துணுக்குற்றுப் போயினள்? ஓடி
நொச்சி இலை கண்டு சப்பிக் கொணர்ந்து
நோகா தவன் நெற்றிப் புண்ணிலே இட்டாள்.

எடுத்து வந்தாள் ஒரு வேப்பிலைக் கொத்தை;
இருந்து விசிறத் தொடங்கினாள்; எங்கோ
இடித்தது போலும் ஓர் ஆனை, இளைஞன்
இப்படிக் காயமுறும்படி என்று
துடித்தனள்; மாது குளிக்கின்ற போது
துரத்திய ஆற்று முதலை கண்டோடி
இடுப்பு வலிக்க விழுந்த தன் நோவை
இந்தக் கணத்திலிருந்து மறந்தாள்.

தேனைக் கொணர்ந்தவன் வாயில் நனைத்தும்
தித்திக்க வெந்த இறைச்சி தெரிந்து
தானே அதனைத் தன் பல்லினில் மென்று
தந்தும் இருக்க, அவன் கண் திறந்தான்;
'ஏன் இத்தனை சுவை? யார் இவள்?' என்றும்
எண்ணவொணாது பசித்த வயிற்றுக்
கானகத்தே பட்ட தீயை அணைக்கும்
கட்டுடலாளினைத் தொட்டுக் கொண்டுண்டான்.

இருட்டிக் கிடக்கும் குகையினில் இன்றைக்
கிந்தப் பகல் வர வெங்ஙனம் என்று
முரட்டுக் கருவிழி முற்றும் வியப்பாய்
முன்னுக்கும் பின்னுக்கும் பார்த்து முறைத்தான்.
சுருட்டைத் தலையள் அழகைக் கொளுத்தி,
சுவரில் அவளின் நிழலை விழுத்தி,
திரட்டிக் கொடுத்த பெருஞ் சுவை போலச்
சிறுக்கியைக் காட்டிக் குதித்தது செந்தீ!

பற்றி அவளை இழுத்ததும், அந்தப்
பச்சைக் குமரி இளித்ததும், அன்னான்
பற்கள் அவள் சதைப் பட்டதும், கைகள்
பட்ட இடங்களில் தோல் கிழிவுற்றுச்
சற்றே உதிரம் வழிந்ததும் உண்டு.
சாவினை மீறிய பேரின்பம் ஒன்று
கற்றுப் பொருந்தின ஆவி இரண்டு;
காதல் அலர்ந்தது போது விரிந்து.

இடி, சில மின்னல், பெருமழை, தென்றல்
இவை நிகழ்கின்ற குகையினுக் கிப்பால்
விடியுது காலை வெளியினில் ஓர் நாள்;
விதம் விதமாக மலர்ந்தது காடு;
கொடிய நெடும்புயல் குந்தி இருந்து
குருவி இருந்த கிளைகளை ஆட்டும்;
செடிகளின் பின் ஒரு செம்பகம் கத்தும்;
சென்றோர் பனையை மரங்கொத்தி கொத்தும்.

செக்கச் செவேல் என்றிரத்தக் குடங்கள்
சிந்திச் சிதறித் தெரிந்த கிழக்குப்
பக்கத்து வானில் அப்பானுக் குழந்தை
பார்க்கப்படாத படி ஒளி எங்கும்
கக்கிச் சொரிந்தது; காலை இதென்று
கத்தத் தொடங்கிற்றுக் காகம் எழுந்து;
திக்குகள் கேட்டுத் திகைக்க, குகைக்குள்
தீங்குற்ற ஓர் குரல் ஓங்கிற்று நொந்து!

பகல் அக்குகைக்கும் பரந்தது வந்து;
படலைக்கு வைத்த கற்பாறை சரித்தே
அகலத் தொடங்கிற்றிருள்; அது போக
அவளுக்கருகில் அசைந்தது பிள்ளை;
மகவுற்ற தந்தை மனைவிக்கெதிரில்
மகிழ்வுக்குள் எண்ணம் மலைவுற்று நின்றான்;
நிகரற்ற தாய் வாய் நெடுகத் திறந்தாள்
நிறைவுற்று வாழ்வு நிலைபெற்றதென்பாள்.

செய்கை எது எனத் தேர்கிலன்; ஓடிச்
சென்று சிவந்துள தாமரை பூத்த
பொய்கையில் வீழ்ந்து குளித்தனன், மூழ்கி;
பூச் சில கொண்டு கரையினில் ஏறிக்
கைகள் குவித்திரு கண்கள் பனித்தான்;
கல்லொன்றின் மீதில் அம்மென்மலர் பெய்தான்;
'ஐய, நான் அப்பன், என் அப்பனே!' என்றான்
அண்ணாந்து வானத்தை ஆடவன் பார்த்தான்.

மஹாகவி

3
காமகாமியர்

உட்கிடை பார்த்திருந்த
உமையவள், 'அப்பனே, நான்
அப்பன்' என்றெண்ணிக் கொண்ட
ஆண்மகன் செய்கை கண்டாள்.
ஒப்பிலா விம்மிதத்தின்
உட்பட்டுத் திரும்பிப் பார்த்தாள்,
எப்பொழு தகன்றான் அப்பன்
என்பதை வியந்தவாறே.

தான் பிரிந் துடல் வேறொன்றாய்த்
தாய் மகள் ஆகி நிற்கும்
பான்மையில் உயிர் பரந்து
பல்கிய பண்டை நாட்கள்
போன பின் ஆண்பால், பெண்பால்
புகுந்ததும், அந்தப் பால்கள்
ஊனுடல் மருவ வேண்டி
ஒன்றன்மீ தொன்று நாட்டம்...

கொண்டதும் போலே உள்ள
குவலய நிகழ்ச்சி தந்த
பண்டைய நினைப்பை எல்லாம்
பார்வதி திரும்பிப் பார்த்தாள்.
வண்டு சென் றூதும் வாச
மது மலர்க் கூந்தல் நீவி
அண்டர் கோன்-அமலன்-தெய்வ
ஆற்றலை வியந்து கொண்டாள்.

‘எங்கு போயினனோ அந்த
என்னவன்?’ என்று நாடிச்
சங்கரி பார்த்த போது
தனக்குளோர் வியப்புக் கொண்டாள்.
அங்கொரு கோயில் அண்டத்
தப்புறம் சிகரம் தூக்கித்
திங்களொத் தொளிரும் வெள்ளித்
திகழ்வொடு மிளிர்ந்ததன்றே.

மின்னல்கள் திரட்டி வார்த்த
வியன் பெரு மதில்கள்; சொக்கப்
பொன்னிழைத் தொளிரும் வண்ணப்
பூவியல் ஓவியங்கள்;
பன்மணி பரப்பிச் செய்த
பால் நிலாப் படியும் முன்றில்;
கின்னரர் கீத நாதம்
கிளர்ந்தொலி பயிலும் கூடம்.

நந்தன வனங்கள்; பொங்கும்
நளிர் புனல் ஓடை; வந்து
புந்தியை மயக்கும் மாயப்
பூ மணம்; பசிய பந்தல்...
சந்திரன் அணிந்த கோலச்
சடையவன், சோலை புக்குச்
சிந்தனை வயத்தன் ஆகிச்
செயலற்று நின்று விட்டான்.

பார்த்தனள் கௌரி; மெல்லப்
பாங்கரிற் சென்று நின்றாள்.
கோத்தனள் தனது செங்கை
கொன்றை வேந்தனின் கையூடே
வார்த்தை ஒன்றுரையாளாக
வசப்பட்டு, வசப்படுத்தக்
கூத்தனும் குளிர்ந்து போனான்.
குமிண் சிரிப்பொன்று சிந்தி.

அவன்-அவள் கலந்ததாலே
ஆக்கப் பண்பாற்றல் தோன்றப்
புவனத்தின் இயக்கந் தோறும்
புதியதோர் உயிர்ப்புக் காணும்.
சில விளைவுகளே தோன்றச்
சில யுகம் கழிந்த பின்னர்
குவியிளஞ் சிவப்பு வாயின்
குயில் மொழி விரும்பினானாய் ...

'மனிதரைப் பார்த்தாய், தேவீ!
மற்றவர் செய்தி யாதோ?
இன விருத்தியிலே நாட்டம்
எப்படி? என்று கேட்டான்.
'வினை முதல் வினையை எல்லாம்
வினாவியா அறிதல் வேண்டும்?'
என அவள் நாணிக் கொண்டாள்.
இவன் எல்லாம் விளங்கிக் கொண்டான்.

'காமனும் இரதியோடு
வருகிறான்; காண்க' என்றாள்.
ஊமையாய்ச் சமைந்து போனாள்
உமையவள்-அழகைக் கண்டு.
தூமணி இழைகள் பூண்டு
சொர்க்கத்தின் காதலர்கள்
சோமசேகரனின் முன்னே
தோன்றினார்; பணிந்து தாழ்ந்தார்.

முறுக்கொடு திமிர்ந்த மேனி
மொழுமொழுப்புடைய காளை
செருக்கொடு நிமிர்ந்த மார்பும்
செந்துவர் வாயும் கொண்ட
கருப்பமர் குழலாளோடும்
கழலடி பணிய, ஈசன்
திருக்கரம் அமைத்து வாழ்த்திச்
சிரிப்புடன் ஆசி சொன்னான்.

பணிந்தவர் எழுந்து நின்று
பரமனைப் பார்த்தார்; பார்க்க,
'இணைந்து நீர் இருவர் காதல்
எழுச்சியின் மூலாதாரக்
குணங்களைப் பிரபஞ்சத்திற்
கொளுத்துவதாலே, ஆங்கு
மணங்களும் நிகழ்வதோடு
மக்களும் பிறக்கின்றாராம்.

'பார்வதி சொன்னாள்!' என்று
பரமனோ உமையைப் பார்த்தான்.
'ஆர் சொல்லி அறிய வேண்டும்
தேவையாம் அவருக்?' கென்று
கூர்விழி சினத்தல் போலக்
கோலத்தைக் காட்டிக் கொண்டாள்,
பேருகலனைத்தும் ஈன்ற
பெருமகள்; காமன் சொன்னான்-

'இரதிக்குப் பூஞ்சோலைக்குள்
என்றுமே இருக்க ஆசை
விரிமலர் விதத்துக்கொன்றாய்
விருப்புடன் கொய்து தந்தால்,
சிரமம் ஏததன்பின்? கையிற்
கரும்பு வில்-அதனால் எய்தல்
கருமமே ஆவேன். எல்லாம்
கண்ணுதல் கருணையாலே.

மன்மதன் இதனைக் கூற
மற்றவன் பாங்கர் நின்ற
மென்மொழி இரதியோ ஓர்
விதமான பார்வை பார்த்தாள்.
புன்னகை ஒன்று செய்து
பூவொன்றைக் கொய்து, காமன்
அன்னவள் கன்னமீதில்
அது பட எறிந்த பின்னர்...

ஒன்றுமே அறியாதான் போல்
உமாபதி முகத்தை நோக்கி
என்னவோ பேசலானான்.
இரதி சற்றகன்று போனாள்.
சென்றனள் சிறிது தூரம்.
அதன் பின்பே திரும்பிப் பார்த்த
கன்னல் வில் உடைய வேளின்
கலக்கத்தைக் கண்டான் ஈசன்.

'போய் வர விரும்புகின்றாய்
போலும்!' என்றனுப்பி வைத்தான்.
ஆவலின் விரைந்து சென்ற
அம்மல ரம்பன், காம
ஓவிய ரதியை ஓடி
ஒருவாறு சென்றடைந்தான்.
பாவை காணாதவாறு
படீர் என்று கண்ணைப் பொத்த...

துணுக்குற்றுப் போனாள், அந்தச்
சுடர்த்தொடி; சுதாரித்துப் பின்,
சிணுக்கமும் கலந்து, பேச்சிற்
செல்லமும் குழைய விட்டாள்.
மணிக்குன்றம் அனையான் சொன்னான்-
'வா, ரதி!' என்று. தென்றல்
அணி நெடுந் தேர் இவர்ந்தான்,
அவளையும் அணைத்தவாறே.

தேரொன்று தென்றற் காற்றிற்
செய்தது; திக்குத் தோறும்
சீரிய வசந்த காலத்
திருமணச் செழிப்பு; தெய்வத்
தூரிகை பிரபஞ்சத்தில்
தொடுப்பித்த சித்திரத்தின்
சார்பென மலர்ச்சி மிக்க
சந்தனக் கமழ்வுச் சூழல்.

கிளர்ந்தன மேனி. மங்கை
கேள்வனின் தோளிற் சாய்ந்தாள்
வளர்ந்தன அங்கம் யாவும்.
மருண்டன விழிகள் நான்கும்.
தளர்ந்தன ஆடை; நின்று
தயங்கின; கனிவு மிஞ்சிக்
குளிர்ந்தன மொழிகள்; அன்னார்
கூடினோர் ஆயினார்கள்.

கூடினோர் பிரிந்தார்; அந்தக்
குறுகுறுப்புடைய கண்ணாள்
ஊடினால் நல்லதென்றே
உள்ளத்துட் கொண்டாள்போலும்.
'பாடி நீ கேட்டோ இன்று
பல பகல்; ஆதலாலே
ஏடி ஓர் கீதம் வேண்டும்'
இரதியைக் காமன் கேட்டான்.

'பாட்டென்ன வேண்டும்?' என்று
பாவையோ முகத்தைக் கோண,
கேட்டவன் காம தேவன்
கேட்டிலன் போல, நீட்டுச்
சாட்டையை எடுத்து வீசித்
தடாலென்று கிளிகள் மீது
தீட்டினான்; தீட்டலோடும்
தேர் பறந்தது, வான் மீதில்.

இலட்சியம் இன்றி ஓடி
எங்கெங்கோ அலைந்த தேரோ
கலக்கிற்று வான வீதி.
காமவேள் ஏதோ எண்ணப்
புலத்திலே அலைந்தான் போலும்!
புறப்பட்ட தேர் நிற்காமற்
செலுத்தப்பட்டதனை நோக்கித்
திகைத்தனள் இரதி தேவி.

பல பகல் ஓடி ஓடிப்
பாரிய நெடுந்தேர் இந்த
நிலவுலகதனில் வந்து
நின்றதோர் ஆற்றோரத்தில்.
கலகலப்பில்லான் ஆகிக்
காம வேள் சோர்ந்து, புத்தி
குலைவது கண்ட பாவை
குழம்பினாள்; குமரன் சொன்னான்-

'மண்ணுலகத்தவர்க்கு
வாழ்விலே காமம் ஊட்டும்
எண்ணம் ஒன்றே எமக்காய்
இருந்திடத் தகுவதாகும்.
கண்ணுதல் விருப்பும் அஃதே!
கடமையில் இன்னும் நாங்கள்
பண்பட வேண்டும்!' என்று.
பாவையும் 'ஓமோம்!' என்றாள்.

'புதுப்புதுக் கலைகள் வேண்டும்.
புலவியின் பல விகற்பப்
பதிப்புகள் படைக்க வேண்டும்.
பாடலில், ஆடல் தம்மில்
விதம் விதமாய் அமைந்த
வேறுபாடுகளும் ஆற்றி
எதிலும் ஓர் இனிய மோகம்
ஏற்படுத்திடுதல் வேண்டும்.

'உத்தியிற் புதுமை வேண்டும்,
உந்தலிற் புதுமை வேண்டும்.
நித்திரை குறைய வேண்டும்.
நிலவில் ஓர் துளியும் வீணாய்க்
கெட்டிடல் கூடாதன்றோ?
கிறுக்கராய் மனிதர் எல்லாம்
புத்தியில் மயக்கம் ஏற்றிப்
போதையர் ஆதல் வேண்டும்'

‘மாற்றமே வாழ்வின் ஏற்றம்.
மனிதர்கள் சுகிக்கச் செய்தல்
ஏற்றதே!’ என்று சொன்னாள்
இரதியும்; பாங்கர் நின்று
காற்றிலே அசைந்த மாவின்
கவைக்கிளை நோக்கிப் பின்னர்
நாற்புற அயலும் பார்த்தாள்.
நாயகன் புரிந்து கொண்டான்.

பூங்கொடி கொண்டு வந்து
புதியதோர் ஊஞ்சல் செய்தான்.
தீங்குரல் எடுத்துப் பாடும்
தெய்விக மகளோ, ஏறி
ஆங்கதில் அமர்ந்து கொண்டாள்.
ஆளனே ஆட்டி விட்டான்.
ஓங்கி வந்தூறிப் பொங்கும்
உவகையில் அமிழ்ந்து போனார்.

உந்தி மேல் ஏறும் ஊஞ்சல்
ஒய் எனக் கிளம்பும் போதில்,
சிந்தின கலீர்கள்-தெய்வச்
சிற்றடிச் சிலம்பின் செய்கை.
புந்திலாகிரியில் ஆனார்
பொன் உலகினர், ஏன்? இங்கே
இந்த மாநிலத்தோர் கூட
ஏதேதோ செய்யலானார்.

முருகையன்

4

காமனும் கடவுளரும்

தூண்களும் இன்றியே தொடர்ந்து நீண்டதாய்த்,
துப்புரவானதாய்த், துணிந்து நாளையைக்
காண்பவன் மனத்திலே தோன்றி, இன்றைய
கண் எலாம் வியப்பினாற் பிதுங்க வைப்பதாய்
வீண் நினைவுகள் என விரிந்த மண்டபம்.
வீற்றிருந்தனர் பலர்; விழிகள் தீட்டிய
ஆண்களின் வரிசையைக் கண்ட 'காமி', தன்
அன்பனின் அருகினில் அமர்ந்தும் அஞ்சினாள்,

'காட்டிடை வாழ்பவர் இவர் என்றோதி, நீர்
காட்டினீர் குகை சில, இந்தக் கோளினில்-
நேற்று நாம் நடக்கையில்?' என நிகழ்த்திய
நேத்திரம் கண்டவன், முகட்டைப் பார்க்கிறான்.
'மாற்றமுண்டது நிலம், நாங்கள் தூங்கிப் பின்
மறுபடி விழிக்குமுன்! மனிதர் என்பவர்
ஆற்றல் கொண்டவர்களோ இன்னும்? என்றவா
றங்கொருத்தியைக் கண்ணிற் பற்றி உண்கிறான்.

முகட்டினில் விசிறியா? முகடும் இல்லையே!
மூண்டுயர்ந் தெழுந்துள கூரை, பார்வையில்
அகப்படாத் தொலைவினில் அமைந்ததோ எனும்
அப்படி இருந்தது (இருக்கவில்லை?). தான்
திகட்டினளோ எனத் திரும்பிப் பார்த்துளம்
திடுக்கிட மனிதையைக் கண்டு, தின்றனள்
நகத்தை, வான் நடிகை! தன் ஆளன் தோளினில்
நாட்டத்து மலர்களைப் போட்டுக் கூப்பிட்டாள்.

எதிர்ப்புறத் தப்பொழு தெழுந்த தோர் திரை;
'ஏ!' எனத் திரும்பினான், இளைய காம வேள்;
குதிப்புறம் உயர்ந்ததால் நடையிலே, புதுக்
குழப்பம் உற்றிட ஒரு குமரி தோன்றினாள்.
புதுப்புதுக் குனிதல்கள், நிமிர்தல், நெஞ்செனும்
பொருப்பினிற் குலுக்கங்கள், வயிற்றிலே சில
பதிப்புகள் எழுப்புகள், இடைத் துடிப்புகள்
பலப்பல சுவைபடப் படைக்கப் பட்டன.

கழுத்தினிற் சுற்றிய துணியைத் தொட்டதைக்
கதிரையில் எறிகிறாள்; கைகள் ஊர்ந்து போய்
அழுத்திட, ஒரு தெறி அகன்று விண்டதும்
அடிப்படைச் சதைப்புலம் விலாவிற் கண்டதே.
ஒழுக்க மேலாடைகள் என்னத் தக்கன
ஒவ்வொன்றாய் அடுத்தடுத் துரியப்பட்டன.
ஒழுக்குகள் நேர்ந்தன சபையில்; ஆணினம்
ஒத்திற்று நெற்றியில் ஊறும் வேர்வையை.

திகைத்த தன் சிந்தையும் திமிறும் உள்ளமும்
திருப்பிடிற் திரும்பிடா விழியும், பக்கத்திற்
பகைத்த தன் மனைவியுமாக நின்ற பாற்
படைக்கதிபதி உடல் வெடவெடக்கிறான்;
புகைத்தன அறி; வினிப் புடை பரந்ததாய்ப்
புலப்படும் பிறப்பிடம் என்ற போதினில்,
நகைத்தன விளக்குகள் நாற்புறத்திலும்;
நடிப்பு மேடையிற் திரை விழுத்தப்பட்டது.

அழுத கண்ணீரிடை அலர்ந்த மென்னகை
அழகிய வசந்தியின் விழியில் நீந்திற்று;
தொழுதனள், 'நாம் இனித் தொலைந்து போவதே
தூய' தென்றாள்; அவன் துடித்துப் போயினான்.
கழுதை என்றெண்ணினான் அவளை; ஆயினும்
கை அவள் கைகளிற் கோத்து மேற்சென்று,
'பழுதெதும் நிகழ்ந்ததா? இல்லையே!' எனப்
பார்வையிலே கொடும் பழிப்பைக் கொட்டினான்.

நிகழ்ச்சிகள் முடிந்ததால் எழுந்த மாந்தர்கள்
நிறைத்தனர் நடையினை; நெரிக்கலாயினர்;
நெகிழ்ச்சியை அடைந்த ஓர் உளத்து மாரனோ
நித்திரை விரும்பிய 'மாரி' நீங்கிப் போய்த்
துகிற்சில உரிந்த வெண் தொடை கொண்டாளினைத்
தொடர்ந்திடத் துணிந்தனன்; தூரக் கண்டதும்
புகழ்ச்சிகள் கோத்துத் தன் விழியில் எய்கிறான்;
புறப்படும் அவள் வழியோடும் போகிறான்.

★

அவளது வாழிடம் அகன்ற பேரறை;
ஆயிரம் அழகிய பொருள்கள் கொண்டது;
தவளைகள் போல் ஒரு பெட்டி பாடிடும்,
தரும் சில காட்சிகள்; வாசக் குப்பிகள்
பவளம் செய்வன விரல் நகத்தை, வாயிதழ்
பழுக்க வைத்திழுக்கிற வண்ணப் பூச்சுள்-
இவைகளைக் கண்டிறுமாந்த காமுகன்
இவ்வுலகாட்சி தன்னது என்றோர்கிறான்.

'ஏதிவண் புகுந்த?' தென்றியம்பினாளினை
இமைப்பிலா விழிகள்கொண் டெதிர்கொண்டான் அவன்.
'காதலின் கடவுள் நான்!' என்று கூறித் தன்
கன்னத்திலே ஒரு குழியைக் கிண்டினான்;
'ஆதலின்?' என்றனள் அழகி; ஆண்மையை
அவமதித்திடுதல் கண்டவிந்தும்; ஆசையால்
'நீ தரும் இன்பத்தை நத்தினேன்' என
நேரடியாகத் தன் நினைப்பைக் கூறினான்.

தொகை ஒன்றைத் தெரிவித்தாள்; தெய்வ நிந்தனை
துணுக்குறச் செய்தது? பணம் இல்லாததால்
நகை ஒன்றை அவன் தர நாரி பெற்றனள்;
நடவடிக்கைகள் சில எடுக்கப்பட்டன.
பகை ஒன்றைப் பகை சென்று மோதல் போலவே
பசையற்ற உடல்களும் சேரலாகுமோ?
முகை ஒன்றை மலர்த்தினாள் மனிதை; மாரனோ
'முத்தம் ஒன்றிரண்' டென முதலிற் கேட்கிறான்.

'இரண்டு சொல்லேனும் நீ இனிக்கப் பேசுக;
இப்படி என்னைப் பார்' என மொழிந்தனன்;
சுரண்டினள் புருவத்தை, அந்தச் சுந்தரி;
சுவைப்பிது புதியதென் றெண்ணிச் சோர்ந்தனள்;
மிரண்டனள், ஆயினும் மிடுக்குப் பார்வையாள்
'மேனியிற் சிறந்ததோ மொழி?' என்றாய்கிறாள்.
புரண்டனர் இருவரும் பிறகு; காலமை
புலர்ந்தவர் முகங்களிற் புளிப்பைக் காட்டிற்று!

படுக்கை விட்டெழுந்த காதலன் அக்காரிகை
படைத்த ஊர்ப்பானத்தைப் பருகி, வீதியில்
உடுப்பினை அணிந்துகொண் டிறங்கலாயினான்.
'உருப்பளிங்காயினும் ஊமையாகத் தன்
இடுப்பினுக் கின்பமே நல்கினாள் அன்றி
இன்னுயிர்க் கெவ்வகைச் சுவை கிடைத்த?' தென்
றடுத்ததாய் மனையவள் நினைப்பு வந்திட
அவள் வழியோடிதை ஒப்பு நோக்கினான்.

'பார்த்தின்பம் அடைவதோ டமைதல் இன்றியே
பழைய ஓர் பாணியில் உடல் இரண்டினைச்
சேர்த்தின்பம் விழைந்த அச்செய்கையாளர், நம்
செகத்துக்குப் புதியவர் போலும்; நன்று, நான்
வேர்த்தஞ்சி விழுந்திலேன்! அவர் தந்தேகிய
வெள்ளைக்கல் மோதிரம் விலை உயர்ந்ததே!
போர்த்திக் கொண்டவள் பின்னும் புதைக்கும் கட்டிலிற்
போய் விழுந் தமைதியாய்த் துயில் தொடங்கினாள்.

★

விடுதியிற் தங்கிய வேனிலாளையோ
விருப்பொடு சூழ்ந்ததோர் இளைஞர் நீள்படை;
அடிபிடிப் பட்டுள்ளே நுழைந்தவர்களுக்
காசனம் தருமுன்னே அமர்ந்து கொண்டனர்;
பட படத் தெழில் உடல் பதறி நின்றவள்
பரிதவிப்பிடையிற் தன் பதியை எண்ணினாள்;
'கொடு பதில்!' எனச் சில கேள்வி கேட்டது
கூட்டம், அவ்வலமந்த பாவையாளிடம்.

'சடுதியிற் திரும்புதல் நோக்கமோ?'-'இன்றேல்,
சற்றிந்தப் புவியினைச் சுற்றுவீர்களோ?'-
'தொடை, இடைச் சுற்றளவென்ன?' 'மார்பகம்
தூக்கிக்கோர் விளம்பரம் தருதல் கூடுமோ?'
படமெடுப்புகளிடை இந்தப் பாங்கினிற்
பல பல விடுப்புகள் வேண்டப்பட்டன.
'விடுக இப்பொழுதெனைத் தனிய!' என்றவள்
வெறுப்புடன் விளம்பினாள்; விலகினார் அவர்.

★

கணவனுக்காய் வெந்து காத்திருக்கிறாள்.
கதவினைத் திறந்தவன் கரத்தைக் காண்கிறாள்;
பிணமெனத் தெரிந்ததப் பிரியன் வாண்முகம்;
பிரிவினாற் தான் எனப் பேதை கொள்கிறாள்;
இணைவதற்காய் எழுந்தருகில் ஏகினாள்;
இரு மலர்த்தொடை இடை இறுக்கப் பட்டனன்;
'மணம் எனப்படுவது மடமை!' என்றந்த
மாரனோ பொன்மொழி ஒன்றுதிர்க்கிறான்.

'எப்படி?' என்றவள் ஏங்கி நோக்கவும்
'ஏனடி, தொடுவதால் அடங்கும் மையலை
அப்படி அப்படியே வளர்க்கிற
அருமையை எனது பேராணைக் குட்படும்
இப்படியார்கள் கண்டிக்கிறார், அடி;
என்னையும் மிஞ்சினார் இவர்கள்; நீ மட்டும்
ஒப்பிடு, நம்மண ஒப்பந்தத்தினை
ஒடித்து நாம் தனித்து வாழலாம் என்றோதினான்.

'உடல்களாய் மக்களை உடைத் தம்மேலவர்
உணர்வையும் உயர்வையும் ஒழித்த தாங்கள் இம்
மடமையை மெச்சுதல் மரபன்றாயினும்
மறுபடி உளறுதல் தவிர்த்திடீர், ஐய!
கடவுளின் ஆணையைப் புறக்கணித்தொரு
கயமையை நிலத்தினில் நீர் நடத்திடக்
கடவீரோ?' எனச் சில கருத்தைக் கூறித் தன்
கண்களிற் சேலையின் தலைப்பைத் தேய்க்கிறாள்.

அயலவள் ஒருத்தியை நேற்றுக் கூடிய
தறிய வைத்தான் அவன்! அதற்குப் பின்னரும்
புயலடித்தொரு நெடும் பொழுது போயிற்று;
'புரளியிற் தேர்ந்தவர் தாங்கள்; தங்கள் அம்
மயிலினிற் பிறக்கிற மகவை நான் கொள்ளும்
வரம் அளிப்பீர்!' என மலரி கோரினள்
'வயது வந்ததும் கரு அறுத்துக் கொண்டதால்
மனிதையர் உன்னைப்போல் மல!' டென்றான் அவன்.

இருவிழிக் கடல் மடை உடைத்துப் பாயவும்,
இனிய கற்பனை என மிதந்த பூண்முலை
பொருமலுக்கிடையிலே பொங்கி வீழவும்
பொழுது பட்டது என முகம் இருட்டவும்
எருமையைக் கண்ட நீர் எனக் கலங்கினாள்;
'இது பெரும் பழி!' என இடிந்து வீழ்கிறாள்;
ஒரு நில நூலினை எடுத்துப் போய் அவன்
ஓதுக்கமாய் இருந்துகொண் டதைப் புரட்டினான்.

'இறப்பிந்தப் புவிமிசை இல்லை ஆதலால்
இனிப்புக்கு மட்டுமே காதலாம்; பிள்ளை
பிறப்பிக்க நாம் என்ன புழுக்களா?' என்றும்
'பெருப்பித்தல் குடும்பத்தைப் பிழை!' என்றும், பெரும்
திறத்துக்குச் சிகரமே சமைத்த மக்களின்
திருத்தியும் புதுக்கியும் பதிக்கப் பட்டுள்ள
'அறத்திரட்' டினிற் கண்டவ்வழகன் பூரித்தான்.
ஆனந்தி வெறி கொண்டாள் போல நிற்கிறாள்.

பேழையிற் குழந்தைகள் பெறுவிக்கும் தொழில்
பெரியதாய் நிகழ்ந்ததுண் டெனினும், இன்றந்த
ஏழைமைப்பாற்பட்ட நிலைமை போய், மக்கள்
இருப்பவர் வாழ் வழி தரும் விஞ்ஞான நூற்
தோழரைப் போற்றுதும்!' என முடிந்ததைத்
தொடர்ந்திரு முறை படித்தறிந்து கொண்டவன்,
'வீழுக விழிநுதல் வீம்பெலாம்!' என்றோர்
வீரிய வாசகம் தனை முழக்கினான்.

'நிறுத்துக, கூச்சலை, நில்லும், வீண் தொழில்
நினைப்புகள் அகற்றுங்கள்!' என்ற பெண்ணின்பால்
'பொறுத்திது வரை உனைப் புணர்ந்து வாழ்ந்தது
போதும்!' என்றுரப்பினான், புறப்பட்டான்; பகல்
கறுத்தெங்கும் இருண்டது காமத்தாள் முன்னர்;
காலினில் வீழ்ந்தனள், கதறினாள்; அவன்
'வருத்தங்கள் சேர்த்தனை வாழ்வில் நீ; பின்னும்
வசனங்கள் விளைப்பதேன்?' என விட்டேகினான்.

★

கோயிலின் உட்புறம் புழுக்கம் என்றொரு
கொள்கையால் வெளி வந்த தெய்வம் போல், அதன்
வாயிலின் எதிர்ப்புறம், மாவின் கீழ், இன்னும்
வற்றிப்போய் விடாத சிற்றோடை ஓரத்தில்
போயிருந்தென்னவோ புனைந்திருக்கும் ஓர்
பொடியனைக் கண்டவன் காமன், பொங்கினான்;
'நீ அவனவன்?' என்று புருவ வில்லினை
நெரித்தனன்; அறிஞனோ நிமிர்ந்து நோக்கினான்.

மஹாகவி

5
தகனம்

நிமிர்ந்து நோக்கினான் நின்மலன்;
நெற்றியின் நயனம்
சிவந்து பார்த்தனன்; சிவ நெருப்
பெழுந்தது; நீறாய்ச்
சமைந்து சாய்ந்தது தரையிலே,
காமனின் சடலம்.
குமைந்து தீர்ந்தது; குலைந்தது,
பொடிப் பொடியாக

நெற்றிக் கண்ணினன் விழிப்பிலே
மூண்டெழு நெடுந்தீ
பற்றிக் கொண்டதும் பாற்படைக்
கதிபதி பதைத்தே
இற்று விண்டதும் எரிந்ததும்
நடந்ததோர் இமைப்பில்,
முற்றுப் பெற்றதே, அங்கனாய்
அவன் பயில் முறைமை.

சாம்பல் காற்றிலே புகை என
எழுந்தது; தளர்ந்து
தேம்பல் ஆயினாள்; திடுக்குற்று
மூர்ச்சித்து விழுந்தாள்,
பாம்பணிந்தவன் பாத
தாமரையிலே, காமி.
'ஓம் பராசக்தி!' என்றன
தேவரின் உதடு.

உமையின் காலடி மீதிலே
சரண் புகுந்தார்கள்
அமரர் ஆனவர் அனைவரும்.
'அசுரரின் அடலைச்
சமரிலே பொர, ஒரு புதுச்
சக்தியைத் தருக,
விமல நாதனே!' என வரம்
வேண்டிடும் விருப்பால்....

'இறைவன் முன்னிலை எய்த நாம்
முயன்றனம்; இவனோ
பிற வெறும்புறம் தவிர்ந்துளே
புகுந்தொரு பெரிய
முறையின் யோகமே பொருந்தினன்.
அந்நிலை முடிக்க
நறை மலர் தொடுத் தெய்பவனே
மிக நல்லன்.

'என்று நாம் சிலர் எண்ணினோம்,
ஏழையேம்; இடர்கள்
நின்று சிந்தையில் நெரித்ததால்,
மறந்தனம் நெறியும்.
'கொன்றை வேணியன் யோகத்தை
மலர்க்கணை கொண்டு
வென்று போடுக' என்று நாம்
வேண்டினோம் வேளை.

'மன்மதன் முதல் மறுத்துவிட்டான்.
சில நாளாய்
என்னவோ அவன் ஒரு வகை
விரக்தியில் இருந்தான்.
தன் தொழிலிலும் ஆர்வமும்
இச்சையும் தவிர்ந்தான்.
கன்னல் வில்லனைத் தூண்டினோம்;
வேண்டினோம்; கசிந்தோம்.

'விருப்பில்லாதவன் ஆகவே
கருப்பு வில் குனித்தான்
நெருப்பினால் அவன் நீறுதல்
முறைமையோ? நீதி
பொருப்பு நாயகி, அருளுக!
நின் சரண் புகுந்தோம்
அருட்பெருந்தகை அன்னையே!
என்றனர், அமரர்.

கடவுள் காலடி மீதிலே
மூர்ச்சித்த காமி
கிடை நிலையிலே மயல் தெளிந்
துள் பொருமுகிறாள்.
அடி நனைந்தது விழிப்புனலால்.
அதோ, அமலன்
கடுமை நீங்கிய கண்ணனாய்
முறுவலிக்கின்றான்.

'அஞ்சலீர்; அவன் அழிந்திலன்.
அநங்கனாய் அமைவான்.
கஞ்ச மெல்லடிக் காமிக்கே
கட்புலன் ஆவான்.
துஞ்சினான் அல்லன்; தோற்றம்
இல்லாதவன் ஆனான்'
இன்சொல் நல்கினான், இறையவன்
இப்படியாக,

முருகையன், 1962

பின்னிணைப்பு I

கலட்டியும் கண்மணியாள் கதையும்

மஹாகவி 1966 நவம்பரில் கலட்டி என்ற பெயரில் வில்லுப்பாட்டாக ஓர் இசைக் காவியத்தை இயற்றி முடித்தார். இது புலவர் ஜே.எம். விக்டோரியா இயற்றிய 'வீரத் தமிழன் வ.உ. சிதம்பரம்பிள்ளை வில்லுப் பாட்டை' லடீஸ் வீரமணி பாடக் கேட்ட உந்துதலில் எழுதப்பட்டது. விக்டோரியாவின் வில்லுப்பாட்டு நூல் வெளியீடும், லடீஸ் வீரமணியின் அதன் மேடை அரங்கேற்றமும் 1966 செப்டம்பர் 28இல் கமலா மோடி மண்டபத்தில் நிகழ்ந்ததாக விக்டோரியாவின் வில்லுப்பாட்டு நூலில் ஒரு குறிப்பு உண்டு. இந்த நிகழ்வு தனக்கு ஏற்படுத்திய உள்ளக் கிளர்ச்சி பற்றி கண்மணியாள் காதைக்கு எழுதிய முன்னுரையில் மஹாகவியே குறிப்பிட்டுள்ளார். புலவர் விக்டோரியாவின் சில இசைக் கோலங் களை மஹாகவி தன் வில்லுப்பாட்டில் பயன்படுத்தி இருப்பதையும் காணமுடிகின்றது.

மஹாகவியின் கலட்டி முதலில், யாழ்ப்பாணத்திலிருந்து வெளி வந்து கொண்டிருந்த 'விவேகி' சஞ்சிகையில் 1967ல் ஏழு இதழ்களில் தொடர்ந்து பிரசுரிக்கப்பட்டது. பின்னர் இதன் சில பகுதிகளை நீக்கியும், சில பகுதிகளைப் புதிதாக எழுதிச் சேர்த்தும், சில வரிகளைத் திருத்தியும் *கண்மணியாள் காதை* என்ற பெயரில் அதற்கு ஒரு புது உருவம் கொடுத்து ஒரு புதிய பிரதியை உருவாக்கினார் மஹாகவி. இப்புதிய பிரதி லடிஸ் வீரமணி குழுவினரால் 1967 டிசம்பரில் முதல் முதல் வில்லுப்பாட்டாக அரங்கேறியது. அதன் பின்னர் பல்வேறு இடங்களில் அது பலமுறை மேடை ஏறியது. திருத்தப்பட்ட இப்பிரதியையே சசிபாரதி தனது அன்னை வெளியீட்டகத்தின் மூலம் 1968 நவம்பரில் நூலுருவாக்கினார்.

கலட்டி, கண்மணியாள் காதை இரண்டையும் ஒப்புநோக்குவது இலக்கிய விமர்சகர்களுக்கும், படைப்பாளிகளுக்கும், இலக்கிய மாணவர்களுக்கும் மிகுந்த பயனுடைய அனுபவமாக அமையும் என்று நம்புகிறேன். ஒரு சிறந்த கவிஞனின் படைப்பாக்க முறைமை பற்றிய பல அரிய தகவல்களை இவை தருகின்றன. தாம் எழுதிய ஒவ்வொரு வரியும் 'பொன்வரி' என்று கருதும் எழுத்தாளர்களும் கவிஞர்களும் மலிந்துள்ள இன்றையச் சூழலில், தான் எழுதிய வரிகளை ஈவிரக்கமின்றி

வெட்டிச் செதுக்கி, தன் படைப்பை முற்றிலும் புதிதாக உருவாக்கிய ஒரு கவிஞனின் முன்மாதிரியை நாம் இங்கு காண்கின்றோம்.

கலட்டி இன்பியலாக முடிந்த காவியம். ஒருவகையில் சாதிபேதமற்ற சமூகம் பற்றிய மஹாகவியின் இலட்சிய வாதத்தை வெளிப் படுத்துவது அது. தாழ்த்தப்பட்டவர்களுக்குக் கலட்டியில் நிலம் பகிர்ந் தளிக்கப்படுகின்றது. அவர்கள் குடிசைகள் கலட்டியில் எழுகின்றன. உயர் சாதியைச் சேர்ந்த செல்லையன் தான் காதலித்த தாழ்த்தப்பட்ட சாதியைச் சேர்ந்த கண்மணியை பலரும் வாழ்த்த மணம் புரிந்து கொள்கிறான்.

'ஆருமே உயர்வானவர் மக்கள் எல்
லாருமே உறவானவர் ஆவார்'

என்று முடிகின்றது கலட்டி.

கண்மணியாள் காதை துன்பியலாக முடியும் காவியம். சாதித் திமிர் பிடித்தோரால் இறுதியில் செல்லையன் கொல்லப்படுகின்றான். கண்மணி கடத்தப்படுகின்றாள். உயர்சாதியைச் சேர்ந்த சந்திக்கடை முதலாளி அவளைப் பாலியல் வல்லுறவுக்கு உட்படுத்த முனைகின்றார். அவள் போராடித் தப்பிச் செல்கிறாள். செல்லையனின் பிணத்தின் மீது விழுந்து அழுகிறாள்.

'ஒரு சேதி, கீழ்ப்புற வானில் ஞாயிறு
நீதிகாண எழுந்ததே-இருள்
சாதி போலே போய் ஒழிந்ததே'-

என்ற நம்பிக்கைக் குரலோடும்

'நல்லவர்கள்
செத்திடத்தான் வேண்டுவதோ
செகமுடையோர் செப்புவிரே'

என்ற கேள்வியோடும் காவியம் முடிகிறது.

இன்பியல் முடிவு துன்பியல் முடிவாக மாற்றப்பட்டது ஏன்? இலக்கியரீதியான அல்லது அழகியல் ரீதியான எத்தகைய தாக்கத்தை இம்மாற்றம் தருகின்றது? இக்கேள்விகள் மிகுந்த முக்கியத்துவம் உடையன. கலட்டியின் இன்பியல் முடிவு இலட்சிய வாதத்தின் பாற்பட்டது என்றால், கண்மணியாள் காதையின் துன்பியல் முடிவு யதார்த்தவாதத்தின் பாற்பட்டது என்று சொல்லலாம். இலட்சியவாத முடிவை விட யதார்த்தவாத முடிவு இலக்கியரீதியான அதிக தாக்கத்தைக் கொண்டிருக்கின்றது என்பது என் கருத்து. கலட்டியில் மஹாகவி வெட்டி நீக்கிய சாதியமைப்புக்கு எதிரான செல்லையனின் நீண்ட பிரசங்கத்தை விட கண்மணியாள் காதையின் துன்பியல் முடிவு அதிக

வலுவானது என்பது என் அபிப்பிராயம். கலட்டியில் உள்ள வெளிப் படையான பிரச்சாரம் கண்மணியாள் காதையில் இல்லை. அது, படைப்பின் உள்ளார்ந்த தொனியாக-படைப்பு ரீதியாக உரத்து ஒலிக் கின்றது. ஒரு கலைப் படைப்பின் பிரச்சார அம்சம், அழகியல் அம்சம் என்பன குறித்து நாம் அதிகம் விவாதித்திருக்கிறோம். கலட்டி முதலா வதற்கும், கண்மணியாள் காதை இரண்டாவதற்கும் உதாரணமாக அமைகின்றது எனலாம்.

முகவுரை, முடிவுரை உட்பட கலட்டி 33 பகுதிகளைக் கொண்டு அமைந்துள்ளது. ஒவ்வொரு பகுதிக்கும் தனித் தலைப்பு கொடுத் திருந்தார் மஹாகவி. ஊர், பேறு, சிறுவன். இளைஞன், அரும்பு, நடுகை, பிரிவிடுதல்... என அவை அமைந்தன. கண்மணியாள் காதை முன்னுரை, பின்னுரை உட்பட 31 பகுதியைக் கொண்டுள்ளது. முன்னுரை, பின்னுரை தவிர்ந்த தவிர்ந்த ஒவ்வொரு பகுதியும் க, உ என தமிழ் எண்களால் அடையாளம் இடப்பட்டுள்ளது. (கணனியில் தமிழ் எண்கள் சிலவற்றை அச்சிடுவதில் உள்ள சிரமம் காரணமாக இப்பதிப்பில் தமிழ் எண்களுக்குப் பதிலாக எல்லோருக்கும் பழக்கமான அரபு எண்கள் பயன்படுத்தப்பட்டுள்ளன) கலட்டி போல் அன்றி கண்மணியாள் காதை இரண்டு கூறுகளாக அமைந்துள்ளது. முதலாம் கூறு *வெண்ணிலவு*, இரண்டாம் கூறு *காரிருள்*. இவ் இரண்டாம் கூறு முற்றிலும் புதிதாக எழுதிச் சேர்க்கப்பட்டுள்ளது.

கலட்டியில் இருந்து கண்மணியாள் காதை (கமகா) வேறுபடும் இடங்கள் கீழே தரப்படுகின்றன. பக்க, வரி எண்கள் இப்பதிப்பில் உள்ள பக்க, வரி எண்களாகும்.

1. **கமகா,** பக்-94
   ஈழநாடே எழில் சூழும் நாடே
   எனத் தொடங்கும் 3 பாடல்களும் கலட்டியில் இடம் பெறாதவை.

2. **கமகா,** பக்-96, வரி-11
   வீழத் தொடங்கி முடிந்தனவாம்
   கலட்டி
   வீழத் தொடங்கி மறைந்தனவாம்

3. **கமகா,** பக்-96, வரி-15
   ஈழத் தமிழகம் என்று நிலம்தனில்
   கலட்டி
   ஈழத்தமிழகம் என்று நிலத்தினில்

4. *கமகா,* பக்-97, வரி-7,8
மாவை என்ற ஊர்ப்புறம் ஓர்
மணவிழா எழுந்ததம்மா
கலட்டி
மாவை என்ற ஊர்ப்புறத்தோர்
மண விழ வெழுந்ததம்மா

5. *கமகா,* பக்-98, வரி-4-6
அவள் திரும்பி வருகின்ற அந்தவேளை
பொடிப்பயல் ஓர் புறம் புரண்டு கையை ஊன்றிப்
'பொறுப்பதற்கோ பொழுதில்லை' என்பான் போல
கலட்டி
அவள் திரும்பி வரும் வேளை, அடடா' அந்தப்
பொடிப்பயல் ஓர்புறம் புரண்டு கையை ஊன்றிப்
பொறுப்பதற்குப் பொழுதில்லை' என்பான் போலே

6. *கமகா,* பக்-98, வரி-13-16
பிடித்திழுப்பான் கொம்புகளை இரு கையாலே
பிறகதற்கு வைக்கோலும் கொடுத்து நிற்பான்
அடித்திருப்பான் தூணுக்குக் கம்பொன்றாலே
அநியாயம் செய்ததெனக் குற்றம் சாட்டி
கலட்டி
பிடித்திழுத்தான் அதன்கொம்பை, வைக்கோல் அள்ளிப்
பிஞ்சுக்கைகளில் எடுத்துக் கொடுத்து நிற்பான்
அடித்திருப்பான் தூணுக்குக் கம்பால், ஏதோ
அநியாயம் செய்ததெனக் குற்றம் சாட்டி!

7. *கமகா,* பக்-99, வரி-13-16
நடுகைக்காய் வரும் கண்மணி கையிலே
நாற்றுக்கட்டை எடுத்துக் கொடுக்கையில்
படுவதுண்டவள் கைசில வேளையில்;
பட்டபோதொரு பற்றை உணர்கிறான்.
கலட்டி
நடுகைக்காய் வரும் பெண்களின் கைகளில்
நாற்றுக் கட்டை எடுத்துக் கொடுக்கையில்
படுவதுண்டவர் கைசில வேளையில்
பட்டபோதொரு பற்றை உணர்கிறான்

8. *கமகா,* பக்-99, வரி-24
சின்ன ஊரினில் ஆட்சி செலுத்தினான்

கலட்டி
சின்ன ஊரில் ஆட்சி செலுத்தினான்

9. *கமகா, பக்-100, வரி-1-3*
அந்த ஊரிலே அழகி கண்மணி
தென்றலைப் போலவே திரிந்தாள்
கொன்றிடும் நோக்குக் குளிர்விழியுடனே
கலட்டி
அந்த ஊரிலே ஓர் அழகி இருந்தாள்
கண்மணி அவள் பெயர். கன்னி.
தாழ்ந்த குலத்திடைத் தழைத்தோர் கொடியே.

10. *கமகா, பக்-100, வரி-20*
தாழ்ந்தவர்தம் குலக் கொழுந்தாம்
கலட்டி
தாழ்ந்தார்கள் குலக் கொழுந்தாம்

11. *கமகா, பக்-101, வரி-3-5*
கண்மணியாள் காதையின் முக்கிய எதிர்மறைப் பாத்திரமான சந்திக்கடை முதலாளியை அறிமுகப்படுத்தும் இம்மூன்று வரிகளும் கலட்டியில் இல்லை.

12. *கமகா, பக்-102, 103*
நாற்று நடுகையில் கண்மணியும் செல்லையனும் மாறிமாறிப் பாடுவதாக அமையும் இப்பாடல்களைப் பாடுவோர் பெயர் கண்மணி, செல்லையன் எனக் கலட்டியில் தரப்பட்டுள்ளது. கமகாதையில் பெயர்கள் நீக்கப்பட்டுள்ளன.

13. *கமகா, பக்-102, வரி-15*
கதைவிடுதல் தான் எதற்கு?
கலட்டி
கதைமொழிதல் தான் எதற்கு?

14. *கமகா, பக்-102, வரி-17;*
காவியத்தோ டாவி செல்ல
கலட்டி
கவியோ டுளம் நடக்க

15. *கமகா, பக்-102, வரி-20-23*
'ஏற்றத் துலாவினிலே ஏறி நிற்கும் மன்னவர்குச்
சேற்றிற் கிடக்கும் ஒரு சிறிய மலர் ஏன்? எதற்கு?

கலட்டி
ஏற்றத் துலாவினிலே ஏறி நிற்கும் மன்னருக்குச்
சேற்றில் கிடக்கும் ஒரு சின்ன மலர் ஏன்? எதற்கு?

16. கமகா, பக்-102, வரி-24
சேற்றிற் கிடைக்கும் அத்
கலட்டி
சேற்றில் கிடைக்கும் அந்த

17. கமகா, பக்-103, வரி-3-5
இம் மூன்று வரிகளும் கலட்டியில் இல்லை

18. கமகா, பக்-104, வரி-1-2
சித்தப்பன், தந்தை காதிற் செய்தியைக் கூறிப் பின்னர்
கலட்டி
சித்தப்பன் தந்தையோடு சில தகராறு செய்து

19. கமகா, பக்-104, வரி-14
என்பதால், இவருக்கின்று
கலட்டி
என்பதால் அவருக்கின்று

20. கமகா, பக்-104, வரி-22-24
கனவிடைத் தொடர்ந்து வந்து
கொஞ்சிய கொள்கை ஒன்றில்
செல்லையன் விழித்துக் கொண்டான்
கலட்டி
கனவினைத் தொடர்ந்து வந்து
கொஞ்சிய புதிய தான
கொள்கையில் விழித்துக் கொண்டான்

21. கமகா, பக்-105, வரி-6
சரிவதற்கே நிலைய மான
கலட்டி
சாய்வதற்கே நிலைய மான

22. கமகா, பக்-105
கலட்டு நிலத்தை விபரிக்கும் இவ்விரு பாடல்களையும் அடுத்து
கலட்டியில் இடம் பெறும் பின்வரும் மூன்றாவது பாடல்
கமகாவில் நீக்கப்பட்டுள்ளது.

வடலிதான் அங்கங்கு காணும்
வந்து மாட்டுக் கோலை வெட்டல்

தொடர்வதாலே வளர்வு குன்றி
தோன்றுமாம்; பத் தாண்டு கண்டே
படுவதன்றி, மடிவதன்றிப்
பனைகளே அப்பாழ் நிலத்தில்
கெடுவதாயின், கூறுவதற்குக்
கேடுவேறும் உண்டு கொல்லோ?

23. கமகா, *பக்-106, வரி-1-24*
இம்மூன்று பாடல்களிலும் ஆங்காங்கே பெருமளவு மாற்றங்கள் செய்யப்பட்டுள்ளன. கலட்டியில் இடம்பெறும் இவற்றின் மூலவடிவங்கள் கீழே தரப்படுகின்றன.

உயனை எனும் புலத்தினிலே மனதை ஊன்றி
உலவுகிறான் செல்லையன்- அதிலே பொல்லா
வெயிலடிக்கும் நடுப்பகலில் விடியும் வேளை
மெல்லிய காற் றசைகின்ற மாலை வேளை,
துயிலினில் அவ்வூரெல்லாம் அயரப் பேய்கள்
துணிந்துலவும் நள்ளிரவு வேளை பாழிற்
'பயனெதனைக் காண்கின்றான் பொடியன்?' என்றூர்
பகரவிட்டுத் திரிகின்றான் தனியனாகி.

'முகத்தார் என்பவருக்கே அக் கலட்டி
முழுதும் உரித்து' என மாவை முழுதும் கூறும்
தகப்பன் அன்று காணி எழுத்தெழுதி வந்த
காலத்தில் பிறர் நிலத்தை அவ்வவ் வேளை
அகப்படுத்தித் தம்பெயரில் எழுதிக் கொண்டார்
அதன் பின்னால் ஆறடியுள் அடங்கிப் போனார்
மிகப்படித்த மகன் அதனை விற்றுவிட்டு
மேல்நாட்டில் குடிஏற விருப்பம் கொண்டான்.

மாவை இளைஞர்களினை ஒருநாள் மாலை
வைரவர் கோவில் வீதி தனிலே கூட்டித்
'தேவை உண்டு நம்பணி நம் ஊருக்கு!' என்று
செல்லையன் விளம்பியதால், சங்க மொன்றை
ஆவலுடன் ஆரம்பம் செய்தார். கேட்ட
அக்கணமே முகத்தார் தம கலட்டை ஈந்து
'சேவை பெரிது!' என்றதொரு செய்தி தந்து
சிலோன் விட்டே சில நாளிற் சென்று விட்டார்!

24. கமகா, *பக்-106, வரி-25-27*
இம்மூன்று வரிகளும் கலட்டியில் இல்லை-

25. கமகா, பக்-107, வரி-10-12
'வீடு வந்து சேருவதில்லை நும் வேளாண்மை என்று
சிரிக்கக் கடை முதலாளி நின்றார்.
கலட்டி
வீடு வந்தே சேருவதில்லை, நும் வேளாண்மைதான்' என்று
செப்பவும் வேறு சிலர் இருந்தார்.

26. கமகா, பக்-107
கலட்டியில் இப் பகுதியில் இடம் பெறும் பின்வரும் மூன்றாவது
பாடல் கமகாவில் நீக்கப்பட்டுள்ளது.

வேண்டியதோர் கிணறென்று தெரிந்தது
வேறெதன் முன்வரும் ; ஆதலினால்
தோண்டத் தொடங்கினர், தாமே; அதற்குத்
துணைதருதற்கென, அத்தொழிலை
ஆண்டவர் மாதகலார்கள் அமைந்தனர்;
ஆறுதல் இன்றி அவர் தொடர்ந்தார்
ஈண்டிதுவே ஒரு காப்பியமாதல்
இயலும் எனும்படி ஒத்துழைத்தார்.

27. கமகா, பக்-108, வரி-9
மிக்க அறிவுடையோர்கள்
கலட்டி
மிக்க அறிவுடையார்கள்

28. கமகா, பக்-108, வரி-15-16
தூர இருக்கும் தார்றோட்டுக் கடைத்
தொந்தி முதலாளி ஏசத் தொடங்கினார்.
கலட்டி
தூர இருக்கும் கல்வீட்டுத் துரை
தூசண மாகவே ஏசத் தொடங்கினார்.

29. கமகா, பக்-108, வரி-20
நெய் என்று காட்டித் திருப்பி அனுப்பினர்
கலட்டி
நெய் என்று காட்டித் திரும்பி அனுப்பவும்

30. கமகா, பக்-109, வரி-2
நேர்த்தியுடன் தொழில் பார்த்தனர் ஆதலின்
கலட்டி
நேர்த்தியாகத் தொழில் பார்த்தனர் ஆதலின்

31. *கமகா, பக்-108-109*
இப்பகுதியில் இறுதியாக இடம் பெறும்
ஆழநீர் கொண்டு வாழ இளைஞர்
அகழ்கின்றார் தம் நிலத்தினைத் தானே!
எனும் மீட்டுவருவரிகள் கலட்டியில் இடம்பெற வில்லை.

32. *கமகா, பக்-110, வரி-6*
கிளறிக்கல் சோதனையாம் கிட்டிணபிள்ளை...
கலட்டி
'கிளறிக்கல்' என்று சொன்னான் கிட்டிணபிள்ளை...

33. *கமகா, பக்-110, வரி-14*
பண்ணத் தகுந்ததுவோ படித்தவர் அத்தொழிலை
கலட்டி
பண்ணத் தகுந்ததுவோ படித்தவர் இத்தொழிலை

34. *கமகா, பக்-110, கடைசி வரி.*
'கதைமெத்தச்சரி' என்று சென்றான் தந்தை.
கலட்டி
'கதை மெத்தச்சரி' என்று சொன்னான் தந்தை.

35. *கமகா, பக்-111, வரி-4,5*
பகுதிப் பல பரப்புப் பக்குவப்பட்டே
இளகத் தொடங்கியது.
கலட்டி
பகுதிச் சில பரப்புப் பக்குவப்பட்டே
இளகத் தொடங்கியன!

36. *கமகா, பக்-111, வரி-14*
சான்றுகள் கண்டார்
கலட்டி
சான்றுகள் உண்டாம்

37. *கமகா, பக்-111, வரி-16*
ஊர் நம்ப மகிழ்ந்தார்
கலட்டி
ஊர் நம்பிடலாச்சு

38. *கமகா, பக்-111, வரி-20-23*
அங்கத்தவர் ஒருவர் முன்மொழிகிறார்!
'எந்திரம் கொண்டு இறைத்தல் ஏற்றது!' எனவும்
ஏகோபித்தோர் முடிவு கொண்ட படியால்

சிந்தனை யுற்றதவர் செலயவைதான்
கலட்டி
அங்கத்தவர் ஒருவர் முன்மொழிந்தனர்
'எந்திரத்தால் இறைக்க வேண்டும்' எனவும்
ஏகோபித்தோர் முடிவு கண்டபடியால்
சிந்தனை யுற்றதவர் செயற்குழுதான்.

39. கமகா, பக்-113, கடைசி வரி
 சென்றார் துணிந்தே
 கலட்டி
 சென்றார் எழுந்தே.

40. கமகா, பக்-114, வரி-17-19
 இம் மூன்று வரிகளும் கலட்டியில் இல்லை.

41. கமகா, பக்115, வரி-1
 நாடகத்தைப் பார்த்த பல நல்ல பெண்கள்
 கலட்டி
 நாடகத்தைப் பார்த்த சில நல்ல பெண்கள்.

41. கமகா, பக்-115, வரி-9-16
 இப்பாடல் பெருமளவு திருத்தப்பட்டுள்ளது. கலட்டியில் இடம் பெறும் இதன் மூலவடிவம் பின்வருமாறு.

 'அடுத்த சனிக்கிழமை வரும் வேள்வி நோக்கி
 அன்றோ இப் பொடியர்கள் எங்களுக்கு
 முடித்தெடுத்துக் கொடுத்தார் இந்நாடகத்தை!
 முன்பிருந்து வருகின்ற வழக்கம் ஒன்றை
 எடுத்தெறிதல் இயலுமா இலகுவாக?
 இது முழுதும் இந்நாளில் இங்கிலீசு
 படித்ததனால் வந்த பிச காகும்!' என்று
 பல சொல்லி எண்பித்தார் பஞ்சலிங்கர்.

43. கமகா, பக்-115, வரி-18
 விற்றிடலாம் என்றால் இந்தக்
 கலட்டி
 விற்றிடுதல் ஆகுமேல் இக்

44. கமகா, பக்-116, வரி-7-11
 துணைக்கு வேறு சிலரைப் பிடித்தார்.
 'வேண்டுமே பழி வாங்கிடல்' என்றனர்.
 வேகமானதோர் தாகம் அடைந்தார்

ஆண்டவன் திருச் சன்னிதி முன்னிலே
ஆணை ஒன்றை எடுத்து நின்றாரே'
கலட்டி
துணைக்கு நின்றவர் பஞ்சலிங்கத்தார்
'வேண்டும் ஏதும் புரிந்திடல்!' என்றனர்;
மேன்மை யானதோர் கோபம் அடைந்தார்
ஆண்டவன் திருச்சன்னிதி முன்னிலே
அந்த வாரம் அரற்றி நின்றாரே

45. கமகா, பக்-117, வரி-4
பார்த்தவர் மகிழ்ந்து பல புகழ்ந்திடவே
என்ற வரியை அடுத்து கலட்டியில் இடம் பெறும்
பின்வரும் பாடல் கமகாவில் நீக்கப்பட்டுள்ளது.

செல்லையனும் பொருளாளருமாம்
செயலவையோர் வேறு இருவருமாம்
எல்லாம் புரிவதற்காக அன்றே
ஏற்படுத்தப்பட்டது ஓர் குழுவாம்.
வில்லங்கமின்றி அலுவல் எல்லாம்
வெற்றிகரமாய் முடித்ததுவாம்
'நில்லுங்கள் பார்த்து வியந்து' எனவே
மிசின் அக்கிணற்றில் அமைந்ததுவாம்

46. கமகா, பக்-117, வரி-8-11
ஓடிச் சுழன்று திரும்பினவாம்
வாய்க்காலில் ஒவ்வொன்றாய் ஊற்றினவாம்
'வேடிக்கைதான் அந்த வாளி!' என்றே
மெச்சினர் கண்டவர் யாவருமே.
கலட்டி
ஓடிச் சுழன்று திரும்பினவே
வாய்க்காலில் ஒவ்வொன்றாய் ஊற்றினவே
'வேடிக்கை தான் அந்த வாளி!' என்றே
வியந்தனர் கண்டவர் யாவருமே.

47. கமகா, பக்-117
பகுதி 19இல் இடம்பெறும் பாடல்களை அடுத்து கலட்டியில் முன்மொழிவு, தீர்மானம், சிறப்புரை, எதிரொலி ஆகிய 4 தலைப்புகளில் பல பாடல்கள் இடம் பெற்றுள்ளன. இவற்றுள் முன்மொழிவு என்ற பகுதியில் இடம் பெற்றுள்ள பாடல்கள் சில மாற்றங்களுடன் கண்மணியாள் காதையில் பகுதி 21இல்

இடம்பெற்றுள்ளன. ஏனையவை கமகாவில் நீக்கப்பட்டுள்ளன. நீக்கப்பட்ட பகுதிகள் இங்கு தரப்படுகின்றன.

தீர்மானம்

ஆருமே உயர்வானவர் மக்கள்; எல்
லாருமே உறவானவர் அன்றோ?

'நாட்டினுக்கே அவ தூறு-அந்த
'நல்லவர்' நம்மிலும் வேறு -படக்
காட்டி யிருக்கிற வாறு-செல்லக்
காலம் புகுந்ததிவ் வேளை' எனச் சொல்லி,
நீட்டுரை ஒன்று நிகழ்த்தி அமர்ந்தனன்,
நித்தம் தகுந்ததோ, டொத்துழைக் கின்றவன்,
பாட்டினால் அன்றைய நாடகம் மேம்படப்
பண்ணிய முத்தையன் என்ற இளையவன்!

ஆருமே உயர்வானவர் மக்கள்; எல்
லாருமே உறவானவர் அன்றோ?

'மேலவர் கீழவர் என்று-சிலர்
வேடிக்கை காட்டுதல் நின்று-புதுக்
காலை விடிவது நன்று -பல
காலம் கிடந்தார் உழன்' றென்று கூறியும்.
'சீலம் பிறப்பில் கிடைப்பதன்!' றென்னவும்,
'செய்கையில் தான் உண்டு மேன்மைகள்!' என்னவும்,
'ஏலும் வகையில் உதவிடு வோம்!' என்றும்
ஏழெட்டுப் பேர்கள் ஒன்றாய் எழுந் தோதினர்!

ஆருமே உயர்வானவர் மக்கள்; எல்
லாருமே உறவானவர் அன்றோ?

ஆளுக்கோர் ஐந்து பரப்புத் தர
அத்தனை பேர்க்கும் விருப்பு-'சரி
நாளைக்கே நீ சென் றழைப்பு -விடு!
நாளையின்றே அவர் வந்து குடிபுக,
வேளைக்கே நாங்கள் ஒழுங்குகள் செய்வது
வேண்டும்?' என் றேசிலர் தூண்டி எழுந்தனர்.
'ஆளத்தக் கோர்கள்-அடிமைகள்' என்கிற
அந்த நிலைமையைச் சிந்த முன் வந்தனர்.

ஆருமே உயர்வானவர் மக்கள்; எல்
லாருமே உறவானவர் அன்றோ?

சிறப்புரை

வைரவர் கோயில் வீதியில் மாவை
இளைஞரின் ஒரு பொதுக் கூட்டம்.
செல்லையன் சிறப்புரை செய்து நின்றானே!

'துணியினை வெளுக் கின்றோரும்,
துணிந்து தம் நிலத்தில் நெல்லு
மணியினை விளைக் கின்றோரும்,
மருந்துகள் கொடுத்து மக்கள்
பிணியினை ஒழிக்கின் றோரும்
பெருங்கடல் மிசையே சென்றெம்
பணியினைப் புரிந்து மீண்டு
பாரைமீன் அளிக்கின் றோரும்-

'கோயிலிற் பூசை செய்து
கொண்டிருப்பவரும், வெல்லும்
நாயனம் ஊதுவோரும்,
தலைமயிர் நறுக்கு வோரும்
ஆய்மலர்த் தொடைகள் ஆக்கி
அளிப்போரும் பனையில் ஏறித்
தூயதோர் பதநீர் கண்டு
தொடர்ச்சியாய்க் கொடுக் கின்றோரும்-

மண்ணெடுத்துக் குடம்வனை வோரும்
மரம் எடுத்துப் பொருள் புனைவோரும்
வெண்ணிறத் திரையில் நடிப்போரும்,
மேடை நாடகம் ஆடிடுவோரும்
பெண்ணி னத்தை 'நகை பண்ணு'வோரும்
பெற்ற பண்டம் பிறகு விற் போரும்
விண் நிலத்தில் விளைப்பவர் ஆவார்-
வீரருக் கிடை வேற்றுமை ஏது?

'அவர்கள் தம் முள் மணந்திடலாகும்!
அருகிலே அமர்ந் துண்டிடலாகும்!
சுவர்கள் கட்டி எழுப்பி, இவற்றுட்
சுருங்கி நிற்பது வோ பிசகாகும்!
எவர்கள் மற்றவர் மீதொரு தீங்கும்

எண்ணி டாது பணி புரி வாரோ,
அவர்கள் வையம் அளிக்கிற பேராம்!
அவர்கள் கட்டியதே நம தூராம்!'

மேடை மீதினில் ஏறி இவ்வாறு
மெய் விளம்பிய செல்லைய னுக்கோர்
ஆடை போர்த்தி அதனைப் பொன்னாடை
ஆகக் கொள்ளுதல் சாலும் என்றாலும்,
கோடை காலம்! பெரு மழை இல்லை!
கூட நின்றவர் கண்மணி கண்ணில்
ஓடை ஒன்று பிறந்தது கண்டார்;
ஓகை ஊரவரிற் பலர் கொண்டார்.

'தீண்டாமை என்பது தீமை-எனச்
செப்பவந் தானே அவ் வூமை -அதை
வேண்டாம் என்றான் உள்ளம் ஆமை! -எமை
வீணர் என்றே அவன் வீசிக் கதைப்பதும்,

ஆண்டாண்டு காலமாய் ஐயர் உரைக்க, நம்
அப்பனும் பாட்டனும் ஒப்புக் கொடுத்ததைத்
தோண்டிக் குழிக்குள் புதைக்கவும், நாம் எதும்
சொல்லா திரோம்' என்று சொல்லியமைந்தனர்!

நல்லதொன்று நடப்பதென்றால், அதை
நாலுபேர்கள் எதிர்ப்பதும் உண்டே!

எதிரொலி

நல்ல தொன்று நடப்பதென்றால் அதை
நாலுபேர்கள் எதிர்ப்பதும் உண்டே!

ஆடறுக்கும் முதலாளி-அவர்
அன்புக் குரியகா ராவி-பிற
மூடர் இருவர்கள், கோழி-என
முந்தலிற் நின்றொரு நாட் கொக்க ரித்தனர்;
'நாடு கிடக்குது கெட்டு மிக மிக!
நாங்கள் பார்த் தெங்ஙனம் வாளா இருப்பது?
காடைத் தனங்கள் கலட்டியர் இத்தனை
காட்ட நாம் இன்னமும் கண்டு கிடப்பதோ!'

நல்லதொன்று நடப்பதென்றால், அதை
நாலுபேர்கள் எதிர்ப்பதும் உண்டே!

'எல்லாருமே ஒரு சாதி-என்றான்;
எப்படிக் காணும் இச் சேதி! -அந்தச்
செல்லைய னுக்கோர் அந் தாதிச் செய்யுள்
செய்து தரும்படி செப்பிச் சுப்பையரை
மெல்லப் பிடித்துக் கிடைத்ததும் அச்சிட்டு
மேதினி எங்கும் பரப்பிடும் வோம்!' அவர்
பொல்லாக் கவிதையால் போகும் அவன் மானம்!
'பூப்பூ' எனப் பின்னர் பார்ப்பார் சிரிப்பார்கள்'

நல்ல தொன்று நடப்பதென்றால், அதை
நாலுபேர்கள் எதிர்ப்பதும் உண்டே!

48. கமகா, பக்.121-123
கமகா பகுதி 22,23,24 ஆகியவற்றில் சில மாற்றங்களுடன் இடம் பெற்றுள்ள பாடல்கள் கலட்டியில் மேலே தரப்பட்ட எதிரொலி என்ற பகுதியை அடுத்து முறையே, ஓய்வு, அழைப்பு, ஒன்றிப்பு என்ற தலைப்புகளில் இடம் பெற்றுள்ளன.

49. கமகா, பக்-118
கமகா,பகுதி 20இல் சில மாற்றங்களுடன் இடம் பெற்றுள்ள பாடல்கள் (தகப்பனுக்கும் மகனுக்கும் இடையில் நடக்கும் திருமணம் பற்றிய உரையாடல்) கலட்டியில் இடம் மாறி ஒன்றிப்பு என்ற பகுதியை அடுத்து (கமகா, பகுதி 24) இடம் பெற்றுள்ளன.

50. கமகா, பக்-118, வரி-9,10
'...சொல்லு, முகூர்த்தம் இன்றே வைக்கலாம்
அந்தப் பொடிச்சிக்கு உன்மேல் ஆசை கொஞ்சமல்ல'
கலட்டி
...சொல்! அவள் மூக்கு முளிக்கோர் குறை
எந்தப் பயல் இயம்ப ஏலும் சொல் ஏலுமென்றால்?'

51 கமகா, பக்-117, வரி-15
சுந்தரி; ஓமென்று சொல், செய்யலாம்!
கலட்டி
சுந்தரி; சொல் ஓமெனச்; செய்யலாம்!

52. கமகா, பக்-117
கமகா- பகுதி 20ல் உள்ள பாடல்களை அடுத்து, கலட்டியில் சங்கக்கடை, வாகை, ஏற்பாடு, அறுவடை, முத்தாய்ப்பு ஆகிய இறுதிப் பகுதிகள் அமைகின்றன. கமகாவில் இவை முழுவதும் நீக்கப்பட்டு இரண்டாம் கூறு புதிதாகச் சேர்க்கப்பட்டுள்ளது.

கலட்டியில் இடம் பெறும் இறுதிப் பகுதிகள் இங்கு தரப்பட்டுகின்றன.

சங்கக் கடை

கலட்டி இளைஞர் கழகம் ஓர் இரவு
பலப்பல பேசியும், பணத்தின்
நிலைமையை ஆய்ந்தும் நெடிதமர்ந் திருந்ததே.

முத்தையன் என்ற இளையவன் ஒரு
முன்மொழி வோடும் எழுந்தனன்- சிலர்
தத்தம் தனிப்பயன் நாடியே - மனுத்
தன்மை இலாத புரிகிறார்! - கடை
வைத்துப் பிளைக்கிற வேளையில் - எங்கள்
மக்களை வாட்டி வதைக்கிறார் -முழுக்
கொத்தைச் சிறிது செய் துள்ளனர் - நிறைக்
குண்டுகள் தேய்த்துக் குறைத்துள்ளார்

'பத்துச் சதத்துக்கு வாங்கலாம் -பொருள்
பட்டணத்துக் கடை எங்கணும்- எனில்
பித்தம் பிடித்தவர் போலவும்-தட்டிப்
பேச ஆள் அற்றது போலவும் -இரு
பத்துப் பதினைந் தென விலை - இவர்
பண்ணிப் பணத்தைக் குவிக்கிறார் - ஒரு
சத்த மிடாது நம் மூரவர் - தலை
சாய்த்துக் கடனுள் முழுகுவார்!

'ஒத்துழைப்பால் இந்தக் கீழ்நிலை - தனை
ஓட்டிட லாகும்!'என் றோதினான் - இவன்
புத்தகம் கூர்ந்து படிப்பவன் - எங்கு
பொல்லாங் கென் றாலும் பதறுவான் - சொல்வ
தத்தனையும் செயலாக்கு மோர் - பெரும்
ஆண்மை நிறைந்தவன் ஆதலால் - அன்று
நித்திரை இன்றிக் கலட்டியார் மிக
நீண்டதோர் திட்டம் வகுக்கிறார்.

வாகை

திங்கள் அன்றைக்கு மாலை
திட்டத்தின் படி ஓர் கூட்டம்
துங்கத்தார் தலைமைமீது

கழகத்தார் துவக்கினார்கள்.
'சங்கமாய் ஒன்றுபட்டுக்
சாமான்கள் வாங்கிப் போட்டுத்,
தங்கள் பால் தாமேவிற்றல்
தகும்! ' என்ற கொள்கை கூறி-

நிலையம் ஒன்றமைப்பதென்று
நிச்சயித்திடுங்கால், 'இங்கே
புலையரும்சேரலாமா?'
கடை முதலாளி கேட்டார்!
'இலை என் பான் இருக்கின்றானா?'
என அங்கோர் இளைஞன் செப்பத்,
தலைமையர் இவன் சார்பாகச்
சாற்றிடப் பலர் உரப்ப-

நிலைமையோ களை கட்டிற்று
நீள் உரை செயலாய் மூண்டு
தலைமயிர் பிடிக்கும் கட்டம்
தனை அடைந்தது 'செல்லையன்
சில சிறுமியர் தம் கற்பைச்
சீண்டினான்!' என்றுசொல்லிப்
பல அடி உதைகள் பட்டுப்
பஞ்சலிங்கருமே வீழ்ந்தார்!
இளையவர் எவரும் ஒன்று திரண்டதால்
பழைய அக்கீமையின் பலங்கள்
அழிந்தும் சிதைந்தும் அற்றொழிந்தனவே!

ஏற்பாடு

உயனைக் கலட்டியிலே ஒன்பது நாட்களாக
ஒவ்வொன்றாகப் பலதும் தேடினார்.
மயனைப் பழிக்க மணப் பந்தல் எடுப்பதற்கே
'மரந்தடி கிடுகு!' என ஓடினார்.
உயரக் கமுகுகள் வேரோடு தறித்து வண்டி
ஏற்றி இழுத்து வந்து நாட்டினார்.
சயனித் தலை மறந்தே சட்டுப்புட் டென்று பல
சாதித்தோர் மண்டபத்தைக் காட்டினார்.

பச்சைத் தழை குழைகள் பாக்கிள நீர்க்குலைகள்
பந்தல் முழுவதுமே தேக்கினார்

'அச்சா!' எனும் படியாய் ஐநூறு வாழை நட்டார்;
ஆறாயிரம் தோரணம் ஆக்கினார்
'கொச்சி வெளி'க்கிரண்டு வண்டிகள் கொண்டுசென்று
கொண்டு வந்தே தாளங்காய் தூக்கினார்
'மெச்சத் தகுந்தது!' என்று மெச்சிக் கிழவர்களும்
மேலும் கீழும் நின்று நோக்கினார்.

'கச்சேரி செய்வதற்கு யாரை அழைப்பது?' என்று
காரசா ரத்தொடு விவாதித்தார்
'பிச்சையப்பா குழுவைக் கூப்பிடல் வேண்டும்!' என்று
பிறகொரு மாதிரித் தீர்மானித்தார்.
பச்சடி பத்து வகை பண்ணப் படுவதற்கே
பற்பல திட்டம் அவர் தீட்டினார்
உச்சச் சுவை அமைய உண்பவர் வாய்கமழ
ஓராயிரம் திருத்தம் கூட்டினார்.

அறுவடை

கழகத்திளைஞர் முன்னின்று நடத்தக்
கண்மணி என்ற அக்கரும்பைச்
செல்லையன் சடங்கு செய்தனன் இனிதே.

வாயிலில் நின்று, வருகை புரிந்தோர்
வரவினை ஏற்க இருபது பேர்;
ஆயிரம் அன்பர் குந்திய பந்தல்;
அங்கிசை வெள்ளம் பொங்கியது.
தீயை விளைத்தோர் ஐயர் இருந்து
சிந்துகிறார் நெய், திவ்வியமாய்;
கோயில் விழாவைப் போல எடுக்கும்
கொள்கை விளக்கும் நல்விழவு

சப்பர காரச் சரவணை கட்டித்
தகதக என்னும் மணவறையில்,
எப்பொழுதும் போல் இனிய முகத்தோடு
எய்தி இருந்தான் செல்லையன்.
கப்பல் கொணர்ந்து கொட்டும் நிதிக்கும்,
கவிதை மொழிக்கும் ஒப்புடையாள்,
எப்புறமும் காணாது முகில் மேல்
எறி மிதந்தாள் கண்மணியாள்!

மேள முழக்கம் மிஞ்ச, 'அனைத்தும்
மேவி உயர்க!' என்றதவை.
'வாழ உனக்கென் ஆவி!' எனத்தன்
வஞ்சி கழுத்தில் அஞ்சல் இலாக்
காளை எழுந்து மங்கல நாணைக்
கட்ட, அவள் தன் கண்ணிறைவாள்.
ஈழம் முழுத்துக்கும் கண நேரம்
மாவை தலை நாடு ஆயிற்று!

முத்தாய்ப்பு

ஆருமே உயர்வானவர் மக்கள் ; எல்
லாருமே உறவானவர் ஆவார்!
மேலவர் கீழவர் என்று சொல்லும்
வேடிக்கைப் பேச்சுக்கள் நின்று - புதுக்
காலை விடிந்ததங் கென்று பல
காரணங்கள் நூறு கறிகள் எடுத்தனர்.
'ஏலாதே லாது!' எனச் சோறு படைத்தனர்.
ஏழெட்டுச் சாதிக் குழம்பு துடைத்தனர்'.
வாழை திராட்சைப் பழங்கள் படைத்தனர்.
வந்தவர் ஒன்றாகக் குந்திப் புசித்தனர்-

ஆருமே உயர்வானவர் மக்கள்; எல்
லாருமே உறவானவர் ஆவார்!

சந்திக் கடை முதலாளி - பட்டுச்
சால்வை அணிந்த காராளி - கூட
வந்துற்றனர்கள். 'நீ வாழி' என
வாழ்த்தும் மொழிந்து, வயிறு குளிர்ந்தனர்!
பந்திக் கெந்நாளும் பிந்தாதமைகிற
பஞ்சலிங்கர் 'திறம்பாயசம்!' என்றபின்
சிந்திக்கத் தக்கது செய்தனை நீ' என்றேன்
சின்னப் பிரசங்கம் பண்ணத் தொடங்கினார்.

ஆருமே உயர்வானவர் மக்கள்; எல்
லாருமே உறவானவர் ஆவார்!

'எல்லாருமே ஒரு சாதி - எனில்
என்னை மதிப்பதும் நீதி!' என்று
செல்லையன் காதில் ஓதி - 'இன்று
செய்து வந்தேன் ஓர் அந்தாதி; அவைக்கிதைச்

213

சொல்ல அமைதி வேண்டும் தம்பீ, இந்தச்
சுப்பையாப் பாவலனுக்கு!' என்று கோரவும்,
'நில்லும்!' என்றார் பலர்; 'சொல்லும்!' என்றார் சிலர்;
'கொல்லும்!' என்றே பிறர் கூறிச் சிரித்தனர்.

எல்லாருமே ஒரு சாதி - நாம்
எல்லாருமே ஒரு சாதி!

ஆருமே உயர் வானவர் மக்கள்; எல்
லாருமே உறவானவர் ஆவார்!

53. கமகா, பக்-119-120, பகுதி-21
இப்பகுதியில் இடம்பெற்றுள்ள பாடல்கள் கலட்டியில் இடம்
மாறி கமகாவில் இடம்பெறும் பகுதி 19ஐ அடுத்து முன்மொழிவு
என்ற தலைப்பில் இடம் பெற்றுள்ளன. கலட்டியில் இடம்
பெற்றுள்ள முதல் இரு பாடல்கள் பின்வருமாறு;

கலட்டி இளைஞர் கழகத் தொருநாள்
செல்லையன் எழுந்தனன், எழவும்
சொல்மாரி ஒன்று அவை சிலிர்க்கத் தொடர்ந்ததே.

பாலையே நிகர்த்த பசிய தண்ணீரால்
பலபல அதிசயம் விளைத்தல்
சாலும் என்பதனைச் சரிவரக் கண்ட
தருக்கிலும் செருக்கிலும் திளைத்தோம்
மேலும் ஐந்தாறு கிணறுகள் வெட்டல்
வேண்டுமென் றெடுத்தனம் முடிவு
காலையில் எழுந்தால், மாலையாம் வரையும்
கலட்டியைத் திருத்தினம்; தழைத் தோம்.

54. கமகா, பக்-119, வரி-17
எப்படி நும் கருத்து? உரைப்பீர்
கலட்டி
எப்படி நும் கருத்து இசைப்பீர்

55. கமகா, பக்-120, வரி-1-3
நிறைந்த பேரவையில் நிமிர்ந்து நின்றிவை
....
'சிறந்தது' என் றேற்று அவை செயல் முடித்ததுவே!
கலட்டி
நிறைந்த அவ்வவையிலே நிமிர்ந்து நின்றிவை

....

'சிறந்தது!' என்றெவரும் செப்பினர் மகிழ்ந்தே!

56. கமகா, பக்-121, வரி-1-3

கமகா பகுதி 22ன் முதல் மூன்று வரிகளும் கலட்டியில் இடம் பெறும் சிறப்புரை என்ற பகுதியின் கடைசி மூன்று வரிகளே. கலட்டியில் இருந்து நீக்கப்பட்ட தீர்மானம், சிறப்புரை, எதிரொலி ஆகிய பகுதிகளிலிருந்து இம்மூன்று வரிகள் மட்டுமே கமகாவில் சேர்த்துக் கொள்ளப்பட்டுள்ளன.

57. கமகா, பக்-121, வரி-5

மெல்ல நடை நடந்து வந்தொருநாள்

கலட்டி

மெல்ல நடைபயில லானதொருநாள்

58. கமகா, பக்-121, வரி-8

மெள்ள அயலினிலே சென்று

கலட்டி,

மெள்ள அயலினிலே வந்து

59. கமகா, பக்-121, வரி-9

மேனி வருடியது தென்றல் ஒருநாள்

கலட்டி

மேனி தடவியது தென்றல் ஒருநாள்

60. கமகா, பக்-121, வரி-13

முந்தி மொழியும் ஒரு வாசம் உளது

கலட்டி

முந்தி மொழிய அதன் வாசம் உளது

61. கமகா, பக்-121, வரி-21-24

கழனி கடை அமைத்த செய்கை நினைந்தான்
ஆட்டை அறுக்கிறது நின்ற தெண்ணினான்
....
வீட்டை அவர்க்களித்த வெற்றி நினைந்தான்

கலட்டி

கழனி அமைத்த செயல் தன்னை நினைந்தான்
ஆட்டை அறுக்கிறது நின்ற துணர்ந்தான்
....
வீட்டை அவர்க்களித்த தன்மை நினைந்தான்

62. கமகா, பக்-122, வரி-22, 23

தண்ணியோ கிணற்றிலே! தாகமோ
தனிமையிடை போய்த் துயின்றால், போகுமோ?

கலட்டி
தண்ணியோ கிணற்றினிலே தாகமோ
தனிமையிடையே கிடந்தால் போகுமோ?

63. கமகா, பக்-123, வரி-3-5
வேலியோ கறையான் படர்ந்துள்ளது;
மெல்லவே அதன்மண் உதிர்வுற்றது
வாழை நட்டுள பாத்தியில் ஈரமோ
கலட்டி
வேலியோ கறையான் படர்ந்துள்ளதால்
மெள்ளமாக அம் மண் உதிர்வுற்றது
வாழை நாட்டுள பாத்தியில் ஈரமாம்

64. கமகா, பக்-123, வரி-11
'யோசியுங்கள்' எனும் சொல் மிதந்தது
கலட்டி
யோசியுங்கள் எனும் சொல் குதிந்தது.

65. கமகா, பக்-124-130
இரண்டாம் கூறு- காரிருள்
பகுதி 25,26,27,28,29 ஆகியவை கமகாவுக்காக புதிதாக எழுதிச் சேர்க்கப்பட்டுள்ளன.

66. கமகா, பக்-131
கமகாவில் பின்னுரையாக இரண்டு பாடல்களே இடம் பெறுகின்றன. கலட்டியில் முடிவுரை என்ற தலைப்பில் மூன்று பாடல்கள் உள்ளன. இரண்டாவது பாடல் நீக்கப்பட்டுள்ளது. அது பின்வருமாறு:

ஊரிலே உள்ளார் யாரும்
உத்தமர்! எனினும் பாட்டின்
சீரிய உருவம் நோக்கிச்
சிலபேரைக் குறைத்துச் சொன்னேன்
ஆரையும் அவமதிக்கும்
ஆசையோ இல்லை, நல்லோர்,
நேரியர், நிமிர்ந்தோர் நீங்கள்.
நிச்சயம் மன்னிப் பீர்கள்!

பின்னிணைப்பு II

வில்லுப்பாட்டு

புலவர் பெருந்தகை ஒருவர் புனைந்த
'கப்பல் ஓட்டிய தமிழ'னின் கதையை
வீரமணி தன் வில்லடித் தோத
ஒரு நாட் கேட்டேன்; உடல் சிலிர்ப் படைந்தேன்.

தமிழ்க் கவி இசைக்கப் படுங்கால், கவிதை
சிதைக்கப் படும் ஒரு செய்தியே அறிந்த நான்,
அன்றே கவி - சக - இசையைச் சுவைத்தேன்.
ஊரவர் வில்லிலும் உடுக்கிலும் குடத்திலும்,
ஊரவர் மெட்டிலும் உணர்வுகள் தெறித்ததைக்
கேட்டு, நெஞ்சிற் கிளர்வுகள் கொண்டேன்.

வழுத்துவார் குறைந்து, வரி வரி யாக
எழுத்திலே கிடக்கும் கவிதையை ஓசையாய்ப்
பரிமா றிட ஒரு பழம் முறை தெரிந்தது.
கவிதையை மக்கள் பெரும்பாலர் காணவும்,
கண்டதைப் பாடிப் பாடிக் களிக்கவும்
வைக்க இம்முறை வாய்த்ததென் றுணர்ந்தேன்.
ஆகவே,
நானும் ஓர் வில்லுப் பாட்டினை யாக்கும்
நாட்டம் உடைய னாகி நின்றேன்.
வீரமணியும் வேண்டி நின்றார்.

ஆதலால்,
செல்லையன் என்றோர் சிறுவனைப் படைத்துக்,
'கலட்டி' என்ற காவியம் புரிந்தேன்.
இன்பமாய் முடிந்த இனிய கவி அது.
கனவுப் பாங்கிலே கட்டப் பட்டது.

கண்மணியாள் காதை நூலுக்கு மஹாகவி எழுதிய முன்னுரை

திட்ட மிட்ட செயல் சில ஆற்றி
வெற்றி அடைந்தவன் வீரக் கதை அது.

ஆயினும்,
துன்ப மாகக் கதையைத் துணித்தும்
வேறொரு பிரதி எழுத விரும்பினேன்;
'திடீர்த் திருப் பங்கள் தேவை' என்ற
சிந்தனை ஒன்றும் வந்து சேர்ந்தது!

இங்ஙனம்
பொது மக்களிடைப் போவதற் காக
இயன்றள வெளிய தாகவும் இயன்று
கண்மணி யாளின் காதை எழுந்தது.

கண்மணி யாளின் காதை இன்றிவ்
வீழ மெங்கும் எதிரொலிக் கிறது.
கேட்டவர் யாரும் கிறுகிறுத் திட, அதை
வழங்கிடும் வில்லவர் வாழ்க;
வாழ்க கவிதை; வில்லிசை வாழ்கவே!

மஹாகவி
நீழல், அளவெட்டி, இலங்கை, 5.11.68

பின்னிணைப்பு III

'தகனம்' பற்றி...

'தகனம்' சரியாக முப்பத்து நாலு ஆண்டுகளுக்கு முன்னர் தோன்றிய ஓர் எழுத்தாக்கம். இதனை என் நண்பர் 'மஹாகவி'யும் நானுமாக மாறிமாறி எழுதினோம். இது 'தேனருவி' என்னும் சஞ்சிகையில் ஐந்து மாதங் களாகத் தொடர்ந்து வெளிவந்து கொண்டிருந்தது. அன்றைய ஈழத்து இலக்கியகாரர்கள் பலரும் இதனை அக்கறையுடன் வாசித்து வந்தனர் என்பதை நாம் அறிந்திருந்தோம். இது வெளியாகிக் கொண்டிருந்த காலத்தில் அன்பர்கள் பலர் எங்களுடன் இதுபற்றி உரையாடி இருக் கிறார்கள். எடுத்துக்காட்டாக, திரு கனக செந்திநாதன், 'பண்டிதமணி இதன் முதலாம் இயலை வாசித்துப் பார்த்தாராம். தொடக்கம் திறமாக இருக்கிறது என்று சொன்னார்' என்று தெரிவித்தார். இவ்வாறெல்லாம் பலரின் அவதானிப்பைப் பெற்ற 'தகனம்' பற்றி முழுமையான விமரிசன மதிப்பீடொன்றை இன்னும் ஒருவரும் எழுதவில்லை. 'இது ஏன்?' என்பது தனியான விடையை வேண்டி நிற்கும் ஒரு நல்ல வினா.

'தேனருவி'யில் வெளியான பின்னர், இதனைப் புத்தகமாக்க வேண்டும் என்னும் எண்ணம் 'மஹாகவி'க்கும் எனக்கும் இருந்தது. ஆனால், அந்த எண்ணம் நிறைவேறவில்லை. 'மஹாகவி'யின் மறைவுக்குப் பின்னர், இதை வெளியிட வேண்டும் என்னும் விருப் பினால், கலாநிதி எம்.ஏ. நுஃமான் வசமிருந்த சஞ்சிகை நறுக்குகளைப் பெற்று அவற்றில் இருந்த அச்சுப் பிழைகள் சிலவற்றைக் களைந்து, அச்சீட்டுக்கு ஆயத்தம் செய்தேன். 'தகனத்தின்' பின்னணியில் புராண மரபுச் செய்திகள் பல உள்ளமையால், அந்தப் பின்னணியை விளங்கிக் கொள்ளும் ஆற்றல் உடையவர் என நான் கருதிய அன்பர் ஒருவரிடம், இந்த எழுத்துப் பிரதியைத் தந்து, அது பற்றிக் கருத்துத் தெரிவிக்கும்படி கேட்டுக் கொண்டேன். ஆனால், அந்த அன்பரின் இழுத்தடிப்பினாலும் வேறு சில தனிப்பட்ட தடங்கலினாலும் 'தகனம்' நூல் வடிவம் பெறாமலே இதுவரை கிடந்தது. இப்பொழுது கவிஞர் நுஃமான் மேற்கொண்ட முயற்சியினால் இது புத்தகமாக வருகிறது.

'தகனம்' பற்றி, அதனை ஆக்கியோருள் ஒருவனாகிய நான் சில தகவல்களைத் தரவேண்டும் என்று பதிப்பாசிரியர் விரும்புகிறார்.

இப்பொழுது தோன்றிப் பரவியுள்ள சில விமரிசனக் கோட்பாடுகளின் படி ஒரு படைப்புப் பற்றி அதன் படைப்பாளி என்ன சொல்லுகிறார் என்பது பற்றிச் சுவைஞர்களோ, விமரிசகர்களோ பொருட்படுத்த வேண்டியதில்லை என்று கருதுவோரும் உண்டு. 'ஆட்டத்தைப் பார்; ஆளைப் பார்க்காதே' என்பது அவர்களின் நிலைப்பாடு. 'படைப்பாளி செத்துப் போனார்' என்று நினைத்துக் கொண்டு, படைப்பைப் பரிசீலனை செய்தால்தான் அதன் பெறுமானத்தைச் சரியாக மதிப் பிடலாம் என்பது அவர்களின் கருத்து. The author is dead என்று இந்த உண்மையை அழுத்த மாக வலியுறுத்தும் ஒரு வாசகமும் நமது எழுத் துலகில் இப்பொழுது அடிபடுகிறது. 'தகனத்'தைப் பொறுத்தவரை வேறொரு விதத்திலும் அது ஓரளவு உண்மை தான். ஆம் 'மஹாகவி' இப்பொழுது நம்மிடையே இல்லை. எனினும் அதன் படைப்பாளி களுள் ஒருவனான நான், அந்தக் 'குறுங்காப்பியம்' பற்றிச் சில தகவல் களைத் தருவது நல்லது என்று இப்பொழுது இதன் பதிப்பாசிரியராகச் செயற்படும் நுஃமான் எண்ணு கிறார். ஆகையால், இந்தச் சிறு குறிப்பை எழுதுகிறேன்.

2

1962 இல் ஒரு நாள் ஃஅவ்லொக் ற்றவுண் லெயாட்ஸ் வீதியில் அமைந் திருந்த அரசகரும மொழித்திணைக்கள அலுவலகத்திற் பணியாற்றிக் கொண்டிருந்த எனக்கு ஒரு தொலைபேசி அழைப்பு வந்தது. பேசியவர் 'மஹாகவி'. 'மஹாகவி' ஆகிய தாமும் 'முருகையன்' ஆகிய நானும் சேர்ந்து ஒரு குறுங்காப்பியத்தை எழுத வேண்டும் என்று 'தேனருவி' ஆசிரியர்கள் விரும்புகிறார்கள் என்றும், தாம் அதற்குச் சம்மதம் தெரிவித்துவிட்டதாகவும் 'மஹாகவி' சொன்னார்.

'சரி, பாடுவோம்; எப்படிப் பாடுவோமோ? என்று நான் கேட்டேன்.

'முதலிலே நீங்கள் துவங்குங்கள்; பிறகு நான் தொடருவேன், பிறகு நீங்கள்; பிறகு நான்; பிறகு நீங்கள்...' என்றார் 'மஹாகவி'

'குறுங்காப்பியத்துக்கு என்ன தலைப்பு?' நான் கேட்டேன்.

'தேனருவிக் காரர்களுக்கு நானே சொல்லி விட்டேன் 'தகனம்' தான் அதற்குப் பேர்'

'என்ன தகனம்?' இது என் கேள்வி

'காம தகனம்' - புராணம் சொல்லும் காம தகனத்தைப் புது வடிவம் கொடுத்து நாம் பாடுவோம். குருஷேவும் சொல்லியிருக்கிறாராம் - நயிற் கிளப்'ப்'புகள் பற்றிய சில கருத்துகளை; மேற்குலகக் கலாசாரச் சீரழிவு, ரஷ்யாவில் ஏற்படுத்துகிற தாக்கங்களைப் பற்றி...'

அதற்கு மேல் அவர் அது பற்றி விவரமாக ஒன்றும் கதைக்க வில்லை. 'தும் 'பீ'ம' தகனம் (புகைத்தல் ஆகாது) என்று ற்/றெயினிலும் 'ப'ஸ்ஸிலும் அறிவிப்புகள் இருப்பது பற்றியும் அந்தத் தகனங்கள் பற்றியும் பகிடியாகச் சிறிது நேரம் கதைத்தார்.

'சரி முதலாவது காட்சி கயிலாசபதியுடன் தொடங்கட்டும்- அதாவது கயிலை மலையின் பனிக் குளிரோடு; அதை நான் எழுதுகிறேன்' என்றேன் நான்.

கல கல என்று சிரித்தார்; அவருக்கே உரிய வழமையான- வஞ்சக மில்லாத சிரிப்பு. பிறகு அவர் தொலைபேசியை வைத்து விட்டார்.

அன்றிரவே, 'தகனத்தின்' முதலாம் இயலை நான் எழுதி முடித்தேன். அனைத்துலகும் 'ஒழிந்து' போகும் சர்வசங்கார காலத்தில், சக்தி யாகிய பார்வதியும் சிவனிலே போய் ஒடுங்குகிறாள். பிறகு அடுத்த 'சுற்றுத் தொடங்குகிறது. மறுபடியும் தாண்டவக் கோனாகிய சங்கரன் உடுக்கையை ஒலிக்கிறான். 'ஓம், ஓம்...' என்று பிரணவம் முழங்கு கிறது; 'பரம சைவத்தி' ஆகிய பார்வதி பாட்டொன்று பாடுகிறாள்; பிரபஞ்சம் விரிகிறது; உயிரினங்கள் தோன்றுகின்றன; ஐந்தொழில் களுள் ஒன்றான 'ஆக்கல்' பெரும் பகுதி நிறைவேறிவிட்டது. அப்பனும் அம்மையும் அமைதியாக அமர்கிறார்கள். சதுரங்கம் ஆடத் தொடங்குகிறார்கள். பார்வதி மண்ணுலகத்துப் பிறவிகளை விண்ணில் இருந்தபடி கீழ் நோக்கிப் பார்க்கிறாள். இவ்வளவையும் கொண்ட முதலாம் இயல் 'சதுரங்கம்' எனப்பட்டது.

இரண்டாம் இயலை 'மஹாகவி' எழுதினார். அது 'மனிதர்கள்' என்ற தலைப்பில் வருவது. குகைவாழ்க்கைக் கட்டத்தில் இருக்கும் ஓர் ஆணும் பெண்ணும் 'இணைவிழைச்சு' எனப்படும் பாலியல் உந்தலின் வசப் பட்டு, புணர்ச்சிச் செயலில் ஈடுபடுவதும் அவர்கள் தாய் தந்தையர் ஆவதும் இந்த இயலிலே காட்சிப்படுத்தப் பெறுகின்றன. பிள்ளையொன்றுக்குத் தந்தையாய்விட்ட மனிதன், சில பூக்களைப் பறித்துக் கொண்டு போய் ஒரு கல்லிலே போட்டு, வானத்தை அண்ணாந்து பார்க்கிறான்.

மூன்றாம் இயலை நான் எழுதுகிறேன். இதில் வானவர் கணத்தைச் சேர்ந்த காமனும் காமியும் (மன்மதனும் இரதிதேவியும்) வருகிறார்கள். (காமி என்ற பெயர் 'மஹாகவி' யின் புத்தாக்கம். காமன் மனைவி காமி. இப்படிப்பட்ட புத்தாக்கங்கள் 'மஹாகவி'க்கு கை வந்த கலை). இந்த மூன்றாம் இயலில், காமன் யார், அவன் தொழில் என்ன, காம காமியர் காதலரிடையே பாலியல் உறவை எப்படித் தூண்டுகிறார்கள் என்ப வற்றை எல்லாம், புராண மரபுக்கு உட்பட்டு நின்று நான் காட்ட முயன்றுள்ளேன். காம காமியரிடை நேரும் ஊடலும் கூடலும் ஒருவாறு படஞ் செய்யப்படுகின்றன.

அடுத்த இயல் 'மஹாகவி'யின் கைச்சரக்கு. அங்கு காமனும் காமியும் மண்ணுலகத்துக்கு வந்து ஆடைக்களைவு நடனமொன்றைப் பார்க் கிறார்கள். காமன் அந்த நடனக்காரியின் அறைக்குச் சென்று பாலியல் உறவு கொள்கிறான். ஆனால், உடல்களின் நேரடியான சேர்க்கை பற்றி, அந்த நவீன காலத்து நடனக்காரிக்கு அக்கறை இல்லை. பாலியல் இன்பந் துய்ப்பதற்கு உடற் சேர்க்கை தவிர்ந்த எத்தனையோ வழிகள் கண்டுபிடிக்கப்பட்டுவிட்டன. ஆனபடியால் அந்த மனிதப் பெண்ணுக்கு வானவனான மன்மதன் - காதலின் அதி தேவதையாகிய காமன்- பத்தாம் பசலியாக, விசித்திரமானவனாக, பின்தங்கிவிட்ட ஒருவனாகத் தோன்று கின்றான். ஆனால், இந்தச் சந்திப்பின் பிறகு, மன்மதனுக்கே, காதல் வாழ்வு பற்றிய கருத்துகள் குழப்பமடைந்து விடுகின்றன.

இதே சமயம், காமிக்கும் மண்ணுலக மனிதர்களின் தொடர்பு கிடைக்கிறது. அவளும் குழம்புகிறாள். மன்மதன் மீது வெறுப்பு உண்டாகிறது.

கோயிலின் உள்ளே புழுக்கமாய் இருக்கிறது என்று அதற்கு வெளியில் வந்திருந்து இளைப்பாறும் இளைஞன் ஒருவன் அவ்வழியே வந்த மன்மதனை ஏறிட்டுப் பார்க்கிறான். இவ்வளவில் நாலாம் இயல் முடிகிறது.

ஐந்தாம் இயலிலே, காமனைத் தமது நெற்றிக் கண்ணினாலே சிவபெருமான் ஏறிட்டுப் பார்க்க, காமன் சாம்பலாகிறான். மண்ணுலகத்துக் கோயிலின் புழுக்கத்திலிருந்தது தப்புவதற்கென்று வெளிப்புறமாக வந்து இளைப்பாறிக் கொண்டிருந்த இளைஞனின் படிமமும் கயிலைச் சூழலிலே காமனை எரித்த பரமனின் படிமமும் ஒன்றன் மீதொன்று படிந்து கொள்கின்றன.

இது தான் 'தகனம்'

3

'இதற்கு என்னய்யா கருத்து?'

இப்படி யாராவது கேட்டால், அதற்கு மறுமொழி சொல்லும் பொறுப்பு எனக்கில்லை. அந்தக் கடப்பாடு என்னுடையதல்ல.

அப்படி என்றால்?

'சொல்லறதைச் சொல்லிப்பிட்டேன்; செய்யறதைச் செய்திடுங்க' என்பது ஒரு பழைய திரைப்படப் பாடலின் பகுதி. அதுதான் என்னுடைய மறுமொழியாகவும் இருக்கும். எங்கள் ஆக்கத்தின் பொருளை வேறு சொற்களில், வேறு விதமாகச் சொல்ல முடியும்

என்றால், அப்படி - அந்தச் சொற்களில் - அந்த விதமாக நாங்கள் நமது படைப்பாக்கத்தை இயற்றி இருப்போம் அல்லவா? ஆகையால், சிறந்தவொரு கலையாக்கத்துக்கு விளக்கந் தர முயல்வது இயலாத ஒன்றைச் சாதிக்க நினைப்பதாகும். அதனாலேதான் கவிதைக்குக் கருத்துக் கூற முடியாது என்று சொல்லுவார்கள். Poetry is not paraphrasable என்று வேற்று மொழியார்களும் இதனைக் குறிப்பிடுவார்கள்.

ஆனால், ஒன்று. கடு நுட்பமாகப் பார்க்கும் பொழுதுதான் இது உண்மையாகும். அண்ணளவான விளக்கங்களைக் கலைப்படைப்பு களுக்குத் தருவது இயலுமான காரியமே. உரை விரிப்பதும், வியாக்கியானம் செய்வதும், மதிப்பீடு செய்வதும், திறனாய்வில் ஈடுபடுவதும் கலையாக்கத்தை - அதன் உண்மைச் சொரூபத்தைத் - தேடிக் காண்பதற்கான முயற்சிகளே. திறனாய்வாளர் எனப் படுவோரின் பணிகள், இந்த முயற்சியின் பல்வேறு வடிவங்களே.

என்றாலும், 'தகனத்தைப்' பொறுத்த மட்டில் அதனைப் படித்து நுகர்ந்த திறனாய்வுப் புலமையாளர் ஒருவர் கூட, அதனை விளக்கவோ, அதற்கு வியாக்கியானம் வரையவோ, ஏன், குறை கூறவோ கூட முன்வரவில்லை; துணியவில்லை.

இது ஏன்? இந்த வினாவுக்கு நானே விடை கூறுவது அழகல்ல. என்றாலும் ஓர் ஊகத்தை முன்வைப்பது பிழையாகாது என்று நினைக்கிறேன்.

நவீன காவியங்கள் பற்றிய கட்டுரையொன்றில் நுஃமான் ஒரு கருத்தைத் தெரிவித்துள்ளார். 'மஹாகவி' யின் 'கந்தப்ப சபதம்' எனது 'நெடும்பல்' என்பன தமிழிலே முன்னுதாரணம் இல்லாத, முற்றிலும் புது வகைப்பட்ட படைப்புகள் என்பதே அந்தக் கருத்து. ஏன், 'மஹாகவி' யின் ஒரு சாதாரண மனிதனது சரித்திரம்' கூட அப்படிப்பட்டது தான்.

முன்னுதாரணம் இல்லாதவற்றை இனங்காண்பதும் அவற்றின் உண்மை இயல்பைச் சுட்டிக் காட்டுவதும் கடினமான காரியங்களே. முன்னுதாரணம் இல்லாத தற்புதுமை ஆக்கங்கள், திறனாய்வாளர் களுக்கு ஒரு சவாலாக அமையக் கூடும். 'ஆழம் அறியாமல் காலை விடுவானேன்?' என்ற நோக்கும் இங்கு தலைகாட்டக் கூடும். ஏற்கெனவே முன்னோர் வகுத்துக் காட்டிய வரையறுப்புகளும் நியமங் களும் கட்டளைகளும் தற்புதுமைப் படைப்புகளுக்குப் பொருந்த மாட்டா, ஆகையினால், 'அசட்டுத் துணிச்சலுடன் ஏதாவது சொல்லப் போய் விபரீதமாக ஏதும் பிடிகொடுத்து விடுவோமோ?' என்றவாறான ஓர் அச்சம் திறனாய்வாளர்களுக்கு இருக்கக் கூடும். சில மகான்களைப் பற்றிப் பேசும்பொழுது 'அவரைப்பற்றி ஒன்றும் சொல்ல முடியாது!' என்று பயபக்தியுடன் சிலர் ஒதுங்கிக் கொள்வதில்லையா? தயங்கிக்

கூசுவதில்லையா? அப்படிப்பட்டதோர் அகத்தடைதான் 'தகனத்துக்குக்' கிட்டப் போகாதவாறு விமரிசனப் புலமையார்களை ஒதுக்கி வைத்து விட்டதோ? யாரறிவார்? இது வெறும் ஊகந் தானே!

அதுவும் ஒரு படைப்பாளி - தனது அப்பாவித் தனத்தினாலே, தானும் தன் கூட்டாளியும் உருவாக்கிய 'பொன் குஞ்சின்மீது' வைத்த 'ஆசை பற்றி' அறைதலுற்ற ஓர் எடுகோள் தானே!

ஆனால், காலம் எவ்வளவோ மாறி விட்டது; மணிக்கூடுகள் மிகப் பல தடவை சுழன்று விட்டன; முப்பதுக்கு மேற்பட்ட கலண்டர்கள் கிழிக்கப்பட்டு விட்டன. விமரிசகர்களும் மாறி மாறி வந்து போய்க் கொண்டிருக்கிறார்கள். இவற்றுக்கிடையில் 'தகனம்' புத்தகமாகி விட்டது.

இனியாவது எங்கள் திறனாய்வுப் புலவர்கள் தமது தயக்கங்களையும் அகத்தடைகளையும் கைவிட்டு, திறந்த மனத்துடன் சில விமரிசனங் களை முன்வைப்பார்களா?

4

'தகனம்' பற்றிச் சில பின்னணித் தகவல்களைத் தருமாறு கேட்டுக் கொள்ளப்பட்ட நான், இவ்வாறு ஊகங்களையும் எதிர்பார்ப்புகளையும் இவ்விடத்திலே தருவது எவ்வளவு தூரம் பொருத்தமோ தெரிய வில்லை. என்றாலும் நல்ல சில விமரிசனங்களைப் பல்லாண்டுகளாக எதிர்பார்த்துக் காத்திருக்கும் ஒருவரின் அங்கலாய்ப்புகளை எழுத்துலகம் பொறுத்துக் கொள்ளும் என்று நம்புகிறேன்.

முருகையன்
1996.12.06

பின்னிணைப்பு IV

தகனம் - துணைக்குறிப்புகள்

சதுரங்கம்

நுதல் விழி – நெற்றிக்கண். நெற்றிக்கண்ணை உடையவன் சிவன். அதனால் இங்கு பேசப்படுகிறவன் சிவன் என்று உணர்ந்து கொள்ளுதல் வேண்டும்.
கேண்மை – உறவு; பச்சைக் குமரி – பார்வதி. தாட்சிலம்பு – சிலம்பணிந்த (சிவனாரின்) திருவடிகள். துகட்டுகள் – துகள்+துகள்; துகளின் துகள்.
தூமகேது – வால்வெள்ளி; சூலபாணி – சிவன்; காம வேள் – மன்மதன் (காதற் கடவுள்); கமலக் கடவுள் – பிரமன் (படைப்புக் கடவுள்); கண்ணன் – திருமால் (காத்தற் கடவுள்); இந்திரன் – தேவர்களின் மன்னன்; வெண்ணிலா வேணியன் – சிவன்; பச்சை மாது – பார்வதி; கண்ணுதல் – நெற்றிக் கண்ணன் – சிவன்; நானிலங்கள் – உலகங்கள்; திகந்தம் – திக்குகள் கடந்த இடம்; அம்மை – பார்வதி; பரமசைவத்தி - பார்வதி; பிரமன், திருமால் என்பார் அண்டந்தோறும் இருப்பர். ஆதலால் அவர்கள் பலர் என்பது புராண மரபு. உமை – பார்வதி; சங்கரன் – சிவன்; நம்பன் – சிவன்; ஆயிழை – சிறந்த அணிகளைப் பூண்டவள் (இங்கு பார்வதி); சொக்கன் – அழகன் (இங்கு சிவன்); சொக்கிப் போனவன் சொக்கன் என்ற குறிப்பும் இங்கு உண்டு; வேய் – மூங்கில்; அது தோளுக்கு உவமை (வேயுறு தோளி என்று பார்வதியைப் பாடுவார் சம்பந்தர்); மாயவள் – பார்வதி; பலகை – சதுரங்கப் பலகை (சிவனும் பார்வதியும் சதுரங்கமாடுஞ் செய்தி கந்தபுராணத்திலும் காணப்படும்). கெண்டை நோக்கி – பார்வதி; பண்டை ஞானி – சிவன்; மக்கள் செய்கை யின் உட்கிடை பார்க்கிறாள் – தனது விருப்பின்படி தோற்றுவிக்கப் பட்ட மனிதர்களின் செயல்களையும் அவற்றின் உட்பொருளையும் பார்வதி பார்க்கிறாள்.

மனிதர்கள்

கொம்பு – மரக்கிளை; புற்கதிர் வெட்டி அடுக்கிச் சோறு கிடைக்கிற வாறும் நிகழ்த்தும் சொப்பனம் – நெல் இது புல் இது என்று பகுத்தறியத்

தெரியாத பழங்காலம் ஆதலால், தெளிவில்லாத திட்டமொன்று புல்லரிசியை உற்பத்தி செய்வதற்கு அந்தப் பழைய மனிதனின் உள்ளத்திலே தோன்றிற்று எனலாம். அம்மனிதனின் கோவணம் புலித்தோலால் ஆனது; இடுப்புக்கும் தோளுக்கும் நெஞ்சுக்கும் எந்த இருப்பொக்கும் எஃகொக்கும் என்றிடில் ஒக்கும் – உடம்பின் வலிமைக்கு இரும்பும் எஃகும்கூட ஒப்பாகாது; அழைப்பொக்கும் – அழைப்புக்கு இசையும் தன்மையுள்ள; கத்திக்கும் – வெட்டும் (இது கவிஞர் 'மஹாகவி'யின் சொல்லாக்கம்; இன்று பயணித்தல்; மௌனித்தல் போன்று சொற்கள் பல ஆக்கப்படுதல் காண்க); வாய் விண்டு – வாய் திறந்து; அப்பாதி – வாழ்க்கையின் சரி பாதிப் பங்காளியாகிய அந்தப் பெண்; பாதி இறந்து படுத்துத் துயில்வது – உறக்கமும் இறப்பும் சில விதங்களில் ஒத்தவை ஆதலால், நித்திரையை அரைச் சாவு என்றார்; துஞ்சுவது போலும் சாக்காடு என்றார் வள்ளுவரும். பேடு – பெண்; தனம் – முலை; வயிற்றுக் கானகத்தே பட்ட தீ – பசி (பசியை (b)பட (g)கினி – 'வயிற்று நெருப்பு' என்பர் சிங்கள மொழியினரும்); பச்சைக் குமரி – புதுமை குன்றாத பெண்; சாவினை மீறிய பேரின்பம் ஒன்று – சிற்றின்பம் என்று பொதுவாகச் சொல்லப்படுவதை இங்கு பேரின்பம் என்கிறார் கவிஞர்; பானுக் குழந்தை – விடிகை நோத்துச் சூரியன்; கண்கள் பனித்தான் – கண்ணீர் அரும்ப நின்றான்.

காமகாமியர்

காமகாமியர் – காமனும் காமியும் – மன்மதனும் இரதியும் (காமி – காமனின் மனைவி; இந்தப் பிரயோகம் 'மஹாகவி'யின் புத்தாக்கம்). தான் பிரிந்து உடல் வேறு ஒன்றாய்த் தாய் மகள் ஆகி நிற்கும் பான்மை – ஆண் பெண் புணர்ச்சி இன்றி நடைபெறும் இனப்பெருக்கம்; உயிரினங்கள் சிலவற்றில் இந்த முறைமை உண்டு; குவலயம் – உலகம்; அண்டர் கோன் – சிவன்; சங்கரி – பார்வதி; திங்கள் – சந்திரன்; நளிர் புனல் – குளிர்ந்த நீர்; புந்தி – மனம்; கௌரி – பார்வதி; பாங்கர் – பக்கம்; கொன்றை வேந்தன் – சிவன்; கூத்தன் – சிவன்; பரமன் – சிவன்; கண்ணுதல் – சிவன்; உமாபதி – சிவன்; கன்னல் உடைய வேள் – கரும்பு வில்லை உடைய மன்மதன்; மலரம்பன் – மன்மதன்; சுடர்த்தொடி – மின்னும் வளையல் அணிந்த பெண்; இங்கு இரதி; தென்றல் அணி நெடுந்தேர் – தென்றற் காற்றாகிய அழகிய பெரிய தேர்; தென்றலே மன்மதனுக்குத் தேர் என்பது புராண மரபு; கேள்வன் – கணவன்; இங்கு மன்மதன்; கேட்டிலன் போல – கேட்காதவன் போல; குமரன் – (இங்கு) மன்மதன்; விகற்பம் – வகை; கவை – இரண்டாய்ப் பிரிவது; தீங்குரல் – இனிய குரல்; தெய்விக மகள் – இரதி; ஆளன் – கணவன்; இங்கு

மன்மதன்; பொன் உலகினர் – தேவர்; இங்கு மன்மதனும் இரதியும்.

காமனும் கடவுளரும்

இந்தக் கோள் – பூமி; மண்ணுலகம்; நேத்திரம் – கண்; என்றவாறங் கொருத்தியை – என்றவாறு அங்கு ஒருத்தியை; மனிதை – பெண் (இது 'மஹாகவி'யின் புத்தாக்கப் பிரயோகம்); வான் நடிகை – வானுலகத்து நடிகை; இங்கு இரதி; நாட்டத்து மலர்கள் – கண்களாகிய பூக்கள்; குதிப்புறம் உயர்ந்ததால் – குதி உயர்ந்த சப்பாத்தை அணிந்தமையால் மனிதையின் குதிப்புறம் உயர்ந்தது போலும்; பொருப்பு – மலை; கதிரை – நாற்காலி (இலங்கை வழக்கு); பாற்படைக்கதிபதி – பாலியல் ஆடல் ஆகிய போருக்குத் தலைவன்; மன்மதன். புகைத்தன அறி; வினி... – புகைத்தன அறிவு; இனி... பிறப்பிடம் – பிறப்பிக்கும் உறுப்பு; இங்கு கூறப்படுவது உடை உரி நாட்டியம். வசந்தி – வசந்த காலத்திற் சிறப்பான பணி ஆற்றுபவள்; இங்கு இரதி. மாரன் – மன்மதன். மாரி – மாரன் மனைவியாகிய இரதி (இப்பிரயோகம் 'மஹாகவி'யின் புத்தாக்கம்). தவளைகள் போல் ஒரு பெட்டி பாடிடும்; தரும் சில காட்சிகள் – இது தொலைக்காட்சிப் பெட்டி. ஏதிவண் புகுந்தது? – இங்கு வந்தது ஏன்? நத்தினேன் – விரும்பினேன்; நாரி – பெண்; காலமை – காலை நேரம் (இலங்கை வழக்கு). புதைக்கும் கட்டில் – சொகுசான மெத்தை கொண்டமையாற் புதைக்கும் கட்டில் ஆயிற்றுப் போலும். வேனிலாள் – இளவேனிலாகிய வசந்த வேளைக்கு உரியவள்; இரதி. பதி – கணவன்; இங்கு மன்மதன். அலமந்த – தொல்லைப்பட்ட; மையல் – மயக்கம். இப்படியார்கள் – இந்த உலகத்தவர்; கடவுளின் ஆணை – காமனும் காமியும் உயிரினங்களிடையே காதலை உண்டு பண்ணி இனப் பெருக்கத்தை நிகழ்வித்தல் வேண்டும் என்னும் ஏற்பாடு. மயல் – மயக்கம். மலரி – மலர் போன்றவள் (இங்கு இரதி). 'மல!'டென்றான் – 'மலடு!' என்றான். நில நூல் – மண்ணுலகத்து மனிதர்கள் ஆக்கிய நூல்; மன்மதன் தேவனாகையால் அவ்வாறு கூறுகிறான். ஆனந்தி – ஆனந்தத்தை உண்டு பண்ணுபவள்; இங்கு இரதி. பேழையிற் குழந்தை – ற்றெஸ்ற் ற்றியூ(B)ப் (b)பே(b)பி. காமத்தாள் – இரதி; ஏகினான் – போனான். நீ அவனவன்? – நீ அவனுக்கு (சிவனுக்கு)ச் சார்பானவனா?

தகனம்

நின்மலன் – சிவன்; அங்கன் – உருவம் உடையவன்; பாம்பணிந்தவன் – சிவன்; உமை – பார்வதி; அமரர் – தேவர்; அடல் – வலிமை; சமர் – போர்; பொர – எதிர்க்க; விமலநாதன் – சிவன்; நறை – வாசனை மலர்

தொடுத்தெய்பவனே மிக நல்லன் – மன்மதனே மிகவும் பொருத்த மானவன்; கொன்றை வேணியன் – சிவன்; வேளை – மன்மதனை; கன்னல் – கரும்பு; பொருப்பு நாயகி – பார்வதி; விழிப் புனல் – கண்ணீர்; அநங்கன் – உருவம் இல்லாதவன்.

முருகையன்

பின்னிணைப்பு V

நவீன தமிழ்க் காவியங்கள்

காவியம் என்னும்போது பொதுவாக இராமாயணம், மஹாபாரதம், சிலப்பதிகாரம், சீவக சிந்தாமணி, மணிமேகலை போன்ற பாரிய இலக்கியப் படைப்புகளையே நாம் மனம் கொள்கின்றோம். தமிழில் மட்டுமன்றி, உலகின் பல்வேறு மொழிகளில் ஒரு குறிப்பிட்ட கால கட்டத்தில், ஒரு குறிப்பிட்ட சமுதாயச் சூழ்நிலையில் இத்தகைய பாரிய காவியங்கள் தோன்றியதை உலக இலக்கிய வரலாற்றில் இருந்து நாம் அறிகின்றோம். நிலப்பிரபுத்துவ சமூக அமைப்பும், அரசும் உச்ச நிலையில் இருந்த சோழர் ஆட்சிக் காலத்திலேயே தமிழ் மொழியில் இத்தகைய பெரிய காவியங்கள் பல தோன்றின. சோழர் காலத்தைத் தமிழின் காவிய காலம் என்றும் இலக்கிய வரலாற்று ஆசிரியர்கள் அழைப்பர். அந்த வகையில் காவியம் நிலப்பிரபுத்துவ சமூகத்துக்குரிய ஓர் இலக்கிய வடிவம் என்றும் அவர்கள் கூறுவர்.

இவ்வாறு தோன்றிய பழைய காவியங்களுக்கென்று சில பொதுப் பண்புகள் உள்ளன. தண்டியலங்காரத்திலோ அல்லது வேறு அணி யிலக்கண நூல்களிலோ காவியத்துக்குக் கூறியுள்ள வரைவிலக்கணங் களை நான் இங்கே கூறவேண்டியது அவசியம் இல்லை. ஆயினும், இக்காவியங்களின் உருவத்திலும் உள்ளடக்கத்திலும் காணப்படும் சில பொதுப் பண்புகளை நாம் பின்வருமாறு தொகுத்து கூறலாம்:

1. இவை செய்யுள் நடையில் அமைந்துள்ளன.
2. அளவில் பெரிதாக உள்ளன.
3. ஒரு மையக் கதையையும் பல கிளைக் கதைகளையும் கூறுகின்றன.
4. நடைமுறை வாழ்க்கைக்குப் புறம்பானதாகவும் இயற்கை இகந்த சம்பவங்களையும் நிகழ்ச்சிகளையும் கூறுவனவாகவும் உள்ளன.
5. சில குறிப்பிட்ட அறநெறிகளையும், சமூக நீதிகளையும் போதிப்பதை நோக்கமாகக் கொண்டுள்ளன.
6. அவதாரப் புருஷர்கள், அரசர்கள், உயர்குலத் தோன்றல்கள் போன்ற இலட்சியமயப்பட்ட தலைமைப் பாத்திரங்களைக் கொண்டுள்ளன.

இத்தகைய பண்புகள் எல்லாவற்றையும் கொண்ட காவிய வடிவம் இன்றையக் காலகட்டத்தில் இன்றையச் சமூகச் சூழலில் தோன்றுவது சாத்தியம் அல்ல என்பதை நாம் அறிவோம். நிலப்பிரபுத்துவ சமுதாய உச்சக் கட்டத்தில் தோன்றிய காவியம் அச்சமுதாய அமைப்பின் நலிவோடு மறைந்து போன ஓர் இலக்கிய வடிவமாக மாறிற்று. இராமாயணம் போல் அல்லது சீவகசிந்தாமணி, சிலப்பதிகாரம் ஆகியன போல் இன்று ஒரு காவியம் படைப்பது சாத்தியம் அல்ல என்பதோடு அவ்வாறு படைக்கப்பட்டால் அது கால முரணாக அமையும் என்பதும் வெளிப்படை.

எனினும், இலக்கிய வளர்ச்சிப் போக்கின் அடிப்படையில் நோக்கினால் காலப்போக்கில் எற்படும் புதிய சூழ்நிலைகளுக்கு ஏற்ப முன்னிருந்த சில இலக்கிய வடிவங்கள் வழக்கிறப்பது போல், சில இலக்கிய வடிவங்கள் மாற்றம் அடைவதும் இயல்பாய் இருக்கக் காணலாம். இடைக்காலத்தில் தமிழில் தோன்றிய எத்தனையோ பிரபந்த வகைகள் இப்பொழுது வழக்கிழந்து போயின. இந்த நூற்றாண்டில் பிறந்தபோதிலும், பத்தாம், பதினைந்தாம் நூற்றாண்டு களில் வாழ்ந்து கொண்டிருக்கும் சில புலவர்களைத் தவிர வேறுயாரும் பிள்ளைத்தமிழ், கலம்பகம், உலா என்பன போன்ற இலக்கிய வடிவங் களை இப்போது கையாள்வதில்லை. இவ்வாறு சில இலக்கிய வடிவங்கள் வழக்கிறப்பது போலவே வேறு சில இலக்கிய வடிவங்கள் மாற்றம் அடைகின்றன. உதாரணமாக நாடகத்தை எடுத்துக் கொள்ளலாம். நாடகம் தொன்மையான இலக்கிய வடிவங்களுள் ஒன்று. ஆயினும் கிரேக்க நாடகங்களில் இருந்தும், காளிதாசன், சேக்ஸ்பியர் போன்றவர் களின் நாடகங்களில் இருந்தும் தற்கால நாடகம் அதன் உள்ளடக்கத் திலும் உருவத்திலும் எவ்வளவோ மாறிவிட்டது. சங்ககாலத் தனிக் கவிதைகளில் இருந்து தற்கால தனிக் கவிதையும் அவ்வாறே மாறி யுள்ளது. ஆரம்பகால நாவல்களில் இருந்து தற்கால நாவல்களும் அது போலவே மாற்றம் அடைந்துள்ளன. அவ்வகையில், பழைய காவிய வடிவத்தில் இருந்து பெரிதும் வேறுபட்ட இருபதாம் நூற்றாண்டுக்கே உரிய புதிய காவிய வடிவம் ஒன்றும் தோன்றி வளர்ச்சியடைந்துள்ளதை நாம் காண்கின்றோம். பழைய சமூக நிலைமைகளுக்கும் புதிய சமூக நிலைமைகளுக்கும் இடையே உள்ள அடிப்படையான வேறுபாடுகளே இலக்கிய வடிவங்களில் ஏற்படும் இம்மாற்றங்களுக்கான காரணங்கள் ஆகும்.

நவீன தமிழ்க் கவிதையின் முன்னோடியான பாரதியே இத்ததைய நவீன தமிழ்க் காவியத்தின் முன்னோடியாகவும் அமைகின்றான். 1912ஆம் ஆண்டில் பதிப்பிக்கப்பட்ட பாரதியின் பாஞ்சாலிசபதம், குயில்பாட்டு ஆகிய இரண்டும் இத்தகைய நவீன காவிய வடிவத்தின்

முதன் முயற்சிகள் எனலாம். பாஞ்சாலி சபதத்துக்கு எழுதிய முன்னுரை யிலே பாரதி பின்வருமாறு கூறுகிறான்.

'எளிய பதங்கள், எளிய நடை, எளிதில் அறிந்து கொள்ளக்கூடிய சந்தம், பொதுசனங்கள் விரும்பும் மெட்டு, இவற்றினை உடைய காவியம் ஒன்று தற்காலத்திலே செய்து தருவோன் நமது தாய் மொழிக்குப் புதிய உயிர் தருவோனாகிறான்.'

பாரதியின் இக்கூற்றில் இருந்து 'மொழி எளிமையும், ஓசை எளிமை' யுமே நவீன காவியத்தின் அடிப்படைப் பண்புகள் என பாரதி கருதி யாகத் தெரிய வருகின்றது. இவை தவிர்ந்த வேறு முக்கிய பண்புகளைப் பாரதி சுட்டிக் காட்டவில்லை. எனினும், பாரதியின் பாஞ்சாலி சபதமும், குயில் பாட்டும் தம்மளவில் நவீன தமிழ்க் காவிய வடிவத்தின் பல பொதுப் பண்புகளுக்கு இலக்கணமாக உள்ளன. பாரதியின் இவ்விரு காவியங்களையும் அடியொற்றி பாரதிதாசன் முதல் பார்வதி நாதசிவம் வரை பல்வேறு கவிஞர்கள், நூற்றுக்கணக்கான காவியங்களைப் படைத்துள்ளனர். இவைகளின் பண்பும் தரமும் பல்வேறு வகைப் படினும் இவற்றின் பொதுவான உருவ அமைப்பை நிர்ணயிக்கின்ற நான்கு முக்கிய பொதுப் பண்புகளை நாம் சுட்டிக்காட்டலாம்.

1. இவை அனைத்தும் செய்யுள் நடையில் அமைந்திருத்தல்.
2. ஒரு குறிப்பிட் கதையைக் கூறதல்.
3. பழைய காவியங்களுடன் ஒப்பிடுகையில் அளவில் சிறியதாக இருத்தல்.
4. உள்ளடக்க ரீதியான, உருவரீதியான வரையறைகள் அற்றிருத்தல்.

2

இத்தைகைய பண்புகளைக் கொண்ட புதிய இலக்கிய வடிவத்தையே நான் நவீன காவியம் எனக் குறிப்பிட்டேன். இப்பதப்பிரயோகத்தைப் பொறுத்தவரை சில கருத்து வேறுபாடுகள் நிலவுகின்றன. ஆகவே அது பற்றி இங்கு சுருக்கமாகவேனும் கூறுவது அவசியமாகும்.

1912இல் வெளிவந்த பாரதியின் *குயில்பாட்டு* முதல் அண்மையில் வெளியிடப்பட்ட முருகையனின் *ஆதிபகவன்* வரை உள்ள இத்தகைய படைப்புகளைக் காவியம் என்பது பொருந்தாது என்றும் காவியம் என்பது சிலப்பதிகாரம்போல், சீவக சிந்தாமணிபோல், கம்ப ராமாயணம்போல் விஸ்தாரமான பொருட்பரப்பு உடையதாக அமைய வேண்டுமென்றும், ஆகவே, இத்தகைய சிறு படைப்புக்களை 'நெடுங் கவிதை' என்பதே பொருத்தம் என்றும் சில விமர்சகர்கள் கருதுவர்.

ஆனால், நெடுங்கவிதை என்ற பிரயோகம் இப்படைப்புகளின் ஒரு அம்சத்தை மட்டும் அதாவது நீளத்தை மட்டுமே கவனத்தில் கொள்கின்றது என்பதை நாம் கவனிக்க வேண்டும். இவ்வாறு கொள்வதிலே சில இலக்கிய ரீதியான பிரச்சினைகள் உள்ளன.

1. நீளத்தை நாம் எவ்வாறு நிர்ணயிப்பது? (சாதாரண) கவிதைக்கும் நெடுங்கவிதைக்கும் இடையே எல்லைக் கோடு வரைவது எப்படி? எத்தனை வரிக்கு உட்பட்டவை கவிதை? எத்தனை வரிக்கு மேற்பட்டவை நெடுங்கவிதை என்று அழைக்கப்படலாம்? என்பன போன்ற கேள்விகள் எழுகின்றன. இதற்குத் திட்ட வட்டமான ஒரு வரையறையைக் கொடுத்தல் சாத்தியம் அல்ல.

2. இவை (சாதாரண) கவிதையில் இருந்து நீளத்தில் மட்டுமன்றித் தன்மையிலும் வேறுபடுகின்றன. இவை தம் அடிச்சரடாக ஒரு கதைப் பின்னலைக் கொண்டுள்ளன. பாத்திரங்களின் நடத்தைகளையும் நிகழ்ச்சிகளையும் கூறுகின்றன. ஒரு பரந்த களத்தில் வாழ்க்கையை அணுகுகின்றன. அந்த வகையில் நீளவேறுபாடு அன்றி தன்மை வேறுபாடே இங்கு பிரதான அம்சமாகின்றது.

உதாரணமாக அகநானூற்றில் உள்ள ஒரு அகத்திணைப் பாடலையும், நக்கீரரின் *நெடுநல் வாடையையும்* ஒப்பிடலாம். நெடுநல்வாடை 188 அடிகள் கொண்டது. ஆயினும் ஒரு சிறிய அகத்திணைப் பாடலுக்கும் அதற்கும் தன்மையில் அதிக வேறுபாடு இல்லை. இரண்டும் ஒரு குறிப்பிட்ட சூழ்நிலையில் ஒரு குறிப்பிட்ட பாத்திரத்தின் மன உணர்வுகளையே சித்திரிகின்றன. ஆகவே நமது நோக்கில் இவை இரண்டும் கவிதையே. ஆனால் நீள வேறுபாட்டைச் சுட்ட வேண்டுமெனில் ஒன்றைக் கவிதை என்றும் மற்றதை நெடுங்கவிதை என்றும் அழைக்கலாம். எனது *தாத்தாமாரும் பேரர்களும், உலகப்பிரப்பின் ஒவ்வொரு கணமும், கோயிலின் வெளியே, நீலவாணனின் பாவம் வாத்தியார்* என்பவையும் நெடுதல் வாடை போன்றவையும் நீண்ட அல்லது நெடுங்கவிதை என்று அழைக்கத்தக்கன. ஆயின், நெடுநல்வாடை அல்லது மேற்குறிப்பிட்ட நீண்ட கவிதைகளுடன் முருகையனின் *நெடும்பகல், பாரதியின் குயில்பாட்டு, பாஞ்சாலி சபதம்* ஆகியவற்றை ஒப்பிட்டால் இவை அனைத்தும் நீளமானவை என்ற அம்சத்தில் ஒற்றுமை கொண்டிருப்பினும் உள் அமைப்பில் அதிகம் வேறுபட்டிருப்பதைக் காணலாம். இத்தன்மை வேறுபாட்டைச் சுட்டுவதற்கு நெடுங்கவிதை என்ற பதப்பிரயோகம் பயனற்றதாகப் போகின்றது.

வேறு சில விமர்சகர்கள் நெடுங்கவிதை என்பதற்குப் பதிலாக 'கதைப்பாடல்' என்ற பதத்தால் இவ்விலக்கிய வடிவத்தைச் சுட்டுவர். இது ஓரளவு பொருத்தமாகத் தோன்றினும் நாட்டார் இலக்கிய மரபுவழி

வந்த கதைப் பாடல்களில் இருந்து புலமை நெறிசார்ந்த நவீன காவியங் களை வேறுபடுத்துவதற்கு இப்பதப் பிரயோகம் தவறிவிடுகின்றது. நாட்டார் இலக்கிய மரபு வழிவந்த *தேசிங்குராஜன் கதை, நல்லதங்காள் கதை, கட்டபொம்மு கதை, கண்டிராஜன் ஒப்பாரி, சைத்தூன் கிஸ்ஸா* போன்ற வற்றுக்கும் புலமை நெறி சார்ந்த பாரதியின் *பாஞ்சாலி சபதம்*, பாரதிதாசனின் *பாண்டியன் பரிசு*, முருகையனின் *நெடும் பகல்*, *ஆதிபகவன்*, மஹாகவியின் *சடங்கு, ஒரு சாதாரண மனிதனது சரித்திரம்* ஆகியவற்றுக்கும் இடையே இலக்கிய ரீதியான வேறுபாடுகள் பல உண்டு என்பதை நாம் அறிவோம். ஆகவே, இவ்விரு வகைப் படைப்புக் களையும் கதைப்பாடல் என்று அழைப்பது பொருத்தமற்றதாகவே தோன்றுகிறது.

இவை தவிர 'குறுங்காவியம்' என்ற பெயராலும் இவை அழைக்கப் படுகின்றன. நெடுங்கவிதை என்பது போல் இதுவும் நீளத்தை அடிப்படை யாகக் கொண்ட வகைப்பாடே ஆகும். பழைய காவிய மரபிலும் பெருங்காப்பியம், சிறுகாப்பியம் என்ற பாகுபாடு உண்டு என்பதையும் நாம் மனம் கொள்ள வேண்டும். சாலை இளந்திரையன் இவற்றைக் 'கவிதைக் கதைகள்' என்று சொல்வதே பொருந்தும் என்பர். கவிதை யையும் செய்யுளையும் ஒன்றென மயங்கும் மயக்கத்தின் பிறிதொரு வெளிப்பாடே இது எனலாம். ஆகவே நெடுங்கவிதை, கதைப்பாடல், குறுங்காவியம், கவிதைக் கதை போன்ற சொற்றொடர்கள் இத்தகைய இலக்கிய வடிவத்தைக் குறிக்கப் போதுமானவை அல்ல என்பது வெளிப்படை, நவீன காவியம் என்ற பெயரால் அழைப்பதே பொருத்த மானதாகத் தோன்றுகின்றது. செய்யுள் நடையில் அமைந்திருப்பதும் கதை கூறும் இயல்பு கொண்டிருப்பதும் பழைய காவியங்களுக்கும் இவற்றுக்கும் இடையே உள்ள பொதுப்பண்புகள் ஆகும். ஆகவே தான் இவை காவியம் எனப்படுகின்றன. ஆயினும், உள்ளடக்கத்திலும் உத்திமுறையிலும் உருவப் பரப்பிலும் பழையவற்றில் இருந்து இவை பெரிதும் வேறுபடுகின்றன. ஆகவேதான் இவை நவீன காவியம் எனப்படுகின்றன.

3

தமிழ் நாட்டிலே இத்தகைய நவீன காவிய வடிவம் பாரதியின் *பாஞ்சாலி சபதம், குயில் பாட்டு* ஆகியவற்றுடனேயே ஆரம்பிக்கின்றது என்று ஏற்கனவே குறிப்பிட்டேன். பாரதியைத் தொடர்ந்து பாரதிதாசன், தேசிக விநாயகம்பிள்ளை, சுத்தானந்த பாரதியார், நாமக்கல் கவிஞர், கண்ணதாசன், ச.து.சு.யோகியார், முடியரசன், சுரதா போன்ற பல்வேறு

கவிஞர்கள் தரத்திலும் தன்மையிலும் வேறுபட்ட அநேக காவியங் களைப் படைத்துள்ளனர். ஆனால், அவை எல்லாம் ஏதோ ஒரு வகையில் கற்பனை உலகு சார்ந்தவையாகவே இருப்பதைக் காணலாம். தமிழ் நாட்டில் தோன்றிய நவீன காவியங்களை அவற்றின் உள்ளடக்கம் கருதி மூன்று பிரிவாகத் தொகுத்துக் கூறலாம்.

1. பழந்தமிழ் இலக்கியக் கதைகளைக் கூறுவன. பாரதிதாசனின் *கண்ணகி புரட்சிக் காப்பியம், மணிமேகலை வெண்பா,* கண்ணதாசனின் *ஆட்டன் அத்தி* போன்றவை இப்பிரிவுள் அடங்கும்.

2. அரச கற்பனைக் கதைகளைக் கூறுவன. பாரதிதாசனின் *பாண்டியன் பரிசு* போன்றவை இப்பிரிவுள் அடங்கும்.

3. சமூகக் கற்பனைக் கதைகளைக் கூறுவன. பாரதிதாசனின் *எதிர்பாராத முத்தம்,* நாமக்கல் கவிஞரின் *அவனும் அவளும்* போன்றவை இப்பிரிவுள் அடங்கும்.

தேசிக விநாயகம்பிள்ளையின் *நாஞ்சில் நாட்டு மருமக்கள் வழி மான்மியம்* சமூகப் பிரக்ஞை உள்ள அங்கதமாகத் தனித்து நிற்கின்றது என்பதையும் இங்கு குறிப்பிட வேண்டும். ஈழத்து நவீன தமிழ்க் காவியங்களிலே இத்தகைய போக்குகள் காணப்படுவதோடு இவற்றில் இருந்து முற்றிலும் வேறுபட்ட காத்திரமான படைப்பு நெறிகளும் காணப்படுகின்றன என்பது குறிப்புடத்தக்க ஓர் அம்சமாகும். நவீன என்ற அடைக்குரிய முழுப் பொருளையும் கொண்ட இத்தகைய படைப்புகள் சில ஈழத்திலேயே தோன்றியுள்ளன.

4

தமிழ் நாட்டிலே தோன்றிய பாரகாவியங்களைப் போல் ஈழத்தில் எதுவும் தோன்றவில்லை என்பது நாம் அறிந்த உண்மை. அந்த வகையில் நமக்கு என்று ஒரு பழைய காவிய மரபு இல்லை. சிலப்பதிகாரத்தைத் தழுவி எழுதப்பட்ட *கண்ணகி வழக்குரையே* ஈழத்தில் தோன்றி பெரிய காவியம் என்று கூறலாம். *இரகுவம்சம்* போன்ற மொழிபெயர்ப்புகளும் இங்கு செய்யப்பட்டன. ஈழத்து இலக்கிய மரபிலே காவியம் என்ற சொல் பொதுவாக பாடலை அல்லது செய்யுளையும் குறித்து நிற்கின்றது என்பதையும் நாம் இங்கு மனம் கொள்ள வேண்டும். *மழைக் காவியம், மாணிக்க கங்கைக் காவியம்* என்பன இதற்குத் தகுந்த உதாரணங்களாகும். மழை பெய்ய வேண்டிக் கடவுளை இரந்து பாடுவது மழைக் காவியம், மாணிக்க கங்கை பெருகிவருமாறு பாடியது மாணிக்க கங்கை காவியம். ஈழத்துத் தமிழ் நூல் வரலாறு எழுதிய வித்துவான் எவ்.எக்.ஸ்.ஸி. நடராசா அவர்கள் இவ்வுண்மையைக் கவனத்தில் கொள்ளாது மாணிக்க

கங்கைக் காவியத்தைக் காவியம் என்ற பிரிவுள் அடங்கி இருப்பது வியக்கத்தக்கது. இது எவ்வாறு இருப்பினும், ஈழத்திலே ஒரு காவிய மரபோ, ஒரு காவிய காலமோ இருக்கவில்லை என்பதை நாம் மனம் கொண்டால் போதுமானது.

ஆனால், 1950ஆம் ஆண்டுகளில் இருந்து இங்கே நவீன காவிய வகை ஒன்று தோன்றி, இலக்கிய முக்கியத்துவம் உடைய ஒரு துறையாக வளர்ச்சியடைந்திருப்பதை நாம் காண்கின்றோம். பேராசிரியர் கணபதிப்பிள்ளை முதல், காரை செ. சுந்தரம் பிள்ளை வரை பல்வேறு கவிஞர்கள் இத்துறையில் பல படைப்புகளை வெளியிட்டுள்ளனர். நான் ஏற்கனவே குறிப்பிட்டுள்ளது போல் தமிழ் நாட்டின் நவீன காவியப் பாணியில் அமைந்தனவும் அவற்றில் இருந்து பெரிதும் வேறுபட்டனவுமான பல காவியங்கள் இங்கு தோன்றியுள்ளன.

இவ்வேறுபாட்டின் தன்மையை இங்கு சற்று விளக்கிச் சொல்வது அவசியம் என்று நினைக்கின்றேன். கற்பனை உலகச் செய்திகளை வைத்தே காவியம் படைக்கலாம் என்ற எழுதா மரபு ஒன்று நமது நவீன தமிழ்க் கவிஞர்கள் மத்தியிலே பலகாலமாக நிலவி வந்தது. நாம் காணும் அன்றாட வாழ்க்கை அனுபவங்களும் நிகழ்ச்சிகளும் நவீன உலகு பற்றிய சிந்தனைகளும் காவியத்துக்கு உரியதல்ல என்று அவர்கள் கருதி வந்தனர் போலும். சிலர் தங்கள் படைப்புகளில் சமகாலப் பாத்திரங்களைக் கையாண்ட போதிலும் அவர்களை மனோரம்மியக் காதல் உலகிலும் கருத்துலகிலும் நடமாட விட்டனர். தேசிகவிநாயகம் பிள்ளையின் மருமக்கள் வழி மான்மியமும் அதை அடி ஒற்றி எழுந்த பேராசிரியர் கணபதிப்பிள்ளையின் சீதனக்காதையும் இப்பொது மரபுக்குப் புறம்பான முறையில் நடைமுறை வாழ்க்கை உண்மை களுக்கு வடிவம் கொடுக்க முனைந்தன. எனினும், கவிமணியின் அதீத நொய்மையும், பேராசிரியரின் புதிய உள்ளடக்கத்துக்குப் பொருந்தாக பழைய மொழி நடையும் அவற்றின் இலக்கியத் தகைமையைப் பெரிதும் ஊறுபடுத்தி விட்டன. ஆனால், 1960ஆம் ஆண்டின் பின்னர் ஈழத்தில் எழுந்த சில காவியங்கள், நவீன வாழ்க்கை பற்றிய பிரக்ஞை யையே தமது அடிப்படையாகக் கொண்டிருப்பதுடன் உருவத்திலும் உள்ளடக்கத்திலும் முற்றிலும் நவீனத் தன்மையும் பெற்றுள்ளன. நமது அன்றாட வாழ்க்கை அனுபவங்களும் சமூக முரண்பாடுகளும், நவீன வாழ்க்கைப் பின்னணியிலே உலக மனிதனின் எதிர்காலம் பற்றிய உணர்வும் அவற்றின் பொருளாக உள்ளன. இவ்வாறு பொருள் அடக்கத்தில் மட்டுமன்றிக் காவியத்தின் உருவ அமைப்பிலும் புதிய மாற்றங்களை இவை காட்டின. செய்யுள் நடையிலே ஒரு கதையைக் கூறிச் செல்வதே காவியம் என்ற நிலையை இவை மாற்றின. நவீன உரை

நடை இலக்கியங்களான நாவல், சிறுகதை போன்றவற்றின் உத்தி முறைகளையும், கலைநுட்பங்களையும் இவை பயன்படுத்தின. கதை கூறும் முறையிலே புதிய அமைப்பு முறைகள் கையாளப் பட்டன. இவ்வாறு ஈழத்துக் காவிய உலகிலே நுட்பமான கலைப் படைப்புகள் சில உருவாகின. இவ்வாறு நவீன தமிழ்க்காவியத்துக்கு ஒரு புதிய பரிமாணம் கொடுத்தவர்களுள் மஹாகவி, முருகையன் ஆகிய இருவரும் முக்கியமாகக் குறிப்பிடத்தக்கவர்கள். இவ்வகையிலே மஹாகவியின் *சடங்கு, கண்மணியாள் காதை, ஒரு சாதாரண மனிதனது சரித்திரம், கந்தப்ப சபதம்* ஆகியவையும், முருகையனின் *நெடும்பகல், ஆதிபகவன்* ஆகியவையும் முக்கியமான படைப்புகள் ஆகும். உண்மையில் அவற்றின் முழு அர்த்தத்தில் இவையே நவீன தமிழ்க் காவியம் என அழைக்கத்தக்கன என்பதையும் நான் இங்கு குறிப்பிட வேண்டும்.

இந்தப் பின்னணியிலே ஈழத்து நவீன தமிழ்க் காவியங்களை நாம் இரண்டு பெரும் பிரிவுக்குள் வகைப்படுத்தலாம்.

1. கற்பனை உலகு சார்ந்வை

2. நடைமுறை உலகு சார்ந்தவை.

கற்பனை உலகு சார்ந்த காவியங்களை நாம் மேலும் மூன்று வகைப் படுத்தலாம்.

1. அரச கற்பனைக் கதைகளை அல்லது வரலாற்றுக் கற்பனைக் கதைகளை உள்ளடக்கமாகக் கொண்டவை.

இந்த வகையிலே காரை செ. சுந்தரம்பிள்ளையின் *சங்கிலியம்* பண்டிதர் ஆ. சபாபதி எழுதிய *விடுதலை வேட்கை* ஆகியவற்றைக் குறிப்பிடலாம். சங்கிலியம் சங்கிலி மன்னனைப் பற்றிய ஒரு வரலாற்றுக் கற்பனை. விடுதலை வேட்கை போத்துக்கேயர் ஆட்சிக் காலத்தில் நடைபெற்ற நிகழ்ச்சி ஒன்றைச் சுற்றிப் பின்னப்பட்ட கற்பனை.

2. காதற் கற்பனைக் கதைகளைக் கூறுபவை

இவ்வகையான காவியங்களே பெரும்பாலும் எழுதப்பட்டுள்ளன. மனோரதியப் பாங்கான காதல் விவகாரங்கள் இவற்றில் சித்திரிக்கப் படுகின்றன. திமிலைத் துமிலனின் *கொய்யாக்கனிகள்*, இ.நாகராசனின் *குயில் வாழ்ந்த கூடு*, சா. வே. பஞ்சாட்சரத்தின் *எழிலி*, எம்.சி.எம். சுபைரின் *மலர்ந்த வாழ்வு*, பார்வதி நாதசிவத்தின் *காதலும் கருணையும்* போன்றவை இத்தகைய காவியங்களுக்குச் சிறந்த உதாரணங்களாகும்.

3. விநோதக் கற்பனைப் புனைவுகள்

இவை பெரும்பாலும் கனவு நிகழ்ச்சிகளாகவே சித்திரிக்கப்படுகின்றன. கனவுக்கே உரிய விநோதப் பண்பு இவற்றின் அடிப்படையாகும். பாரதியின் குயில் பாட்டை இத்தகைய முயற்சிகளுக்கு முன்னோடியாகக்

கருதலாம். அந்த வகையில் மஹாகவியின் *கல்லழகி*, திமிலைத்துமிலனின் *நீராமகளிர்* ஆகியன இங்கு குறிப்பிடத்தக்கன.

நடைமுறை உலகு சார்ந்த காவியங்களே நான் முன்பு குறிப்பிட்டது போல் உண்மையில் இலக்கியப் பெறுமானம் உடையனவாக உள்ளன. சமகால வாழ்க்கை பற்றிய பிரக்ஞை இவற்றிலே நன்கு வெளிக் காட்டப்படுகின்றன. இன்றைய வாழ்க்கையைத் துருவி ஆராயும் போக்கும் இவற்றிலே காணப்படுகின்றது. இது ஈழத்துக் காவியங் களுக்கே உரிய ஒரு தனிச் சிறப்புப் பண்பு ஆகும். இத்தைகைய காவியங் களையும் அவற்றின் பொருள் அமைப்பை ஒட்டி நாம் மூன்று வகை யாகப் பாகுபடுத்தலாம்.

1. சமுதாய அங்கதம்

சமுதாய வாழ்விலே ஊறிப்போய்க் கிடக்கும் தீமைகளையும் மூடத் தனங்களையும், நகைச்சுவையுடன் கிண்டல் செய்யும் காவியங்களை இப்பிரிவுள் அடக்கலாம். கவிமணியின் *நாஞ்சில் நாட்டு மருமக்கள் வழி மான்மியமே* இத்தகைய படைப்புகளுக்கு முன்னோடியாக உள்ளது. இதை அடியொற்றி ஈழத்தில் எழுதப்பட்ட பேராசிரியர் கணபதிப்பிள்ளையின் *சீதனக்காதை*, அப்துல்காதர் லெவ்வையின் *செயினம்பு நாச்சியார் மான்மியம்* ஆகியன இப்பிரிவுள் அடங்கும். சமுதாய அங்கதம் என்ற வகையில் இவை இலக்கிய முக்கியத்துவம் உடையன.

2. சமூக யதார்த்தப் படைப்புகள்

அன்றாட சமுதாய வாழ்வையும் அதன் முரண்பாடுகளையும் இயல்பு குன்றாமல் சித்திரிக்கும் படைப்புக்கள் இந்தவகையுள் அடங்கும். மஹாகவியின் *சடங்கு, ஒரு சாதாரண மனிதனது சரித்திரம், கண்மணியாள் காதை* நீலவாணனின் *வேளாண்மை* ஆதியன இப்பிரிவுள் அடங்கும்? இவற்றில் இருந்து சற்று வேறுபட்டு குறியீட்டுப் பாங்கில் அமைந் திருப்பினும் அண்மையில் வெளிவந்த முருகையனின் *ஆதிபகவனும்* இப்பிரிவிலேயே அடங்கும். இவை தமிழிலே முன் உதாரணம் இல்லாத படைப்புகள் ஆகும். இவற்றின் பொருள் வீச்சினாலும் கலை முறையினாலும் நவீன செய்யுள் இலக்கிய உலகிலே இவை முதல் இடத்தைப் பெறுகின்றன.

3. விஞ்ஞானக் கற்பனைப் புனைவுகள்

இவ்வகையில் ஈழத்தில் எழுந்த இரண்டு படைப்புகள் முக்கிய கவனத்துக்குரியன. ஒன்று, முருகையனின் *நெடும் பகல்*, மற்றது, மஹாகவியின் *கந்தப்ப சபதம்* இவை இரண்டையும் மேலோட்டமாகப் பார்க்கும் போது இவை நடைமுறை உலகுடன் சம்பந்தம் அற்றவை

என்று தோன்றக் கூடும். இவற்றை ஆழ்ந்து நோக்கினால் துரிதமான விஞ்ஞான அபிவிருத்தியும், இயந்திர நாகரிகத்தின் வளர்ச்சியும், ஏகாதிபத்திய அணு ஆயுதக் கெடுபிடியும் மிகுந்த இன்றைய நவீன உலகிலே எதிர்கால மனிதனைப் பற்றிய அச்சத்தின் பிரதிபலிப்புகளே இவை என்பதைக் காணலாம். அவ்வகையில், இவை இரண்டும் முன்பிரிவில் கூறியவற்றைப் போலவே முன் உதாரணம் அற்ற படைப்பு களாகும். நவீன விஞ்ஞான அபிவிருத்தியிலும் இடையறாத மனித முன்னேற்றத்திலும் இவை அவநம்பிக்கையை வெளிப்படுத்துகின்றன என்ற வகையில் இவ்விரு படைப்புகளைப் பற்றியும் நமக்குக் கருத்து வேறுபாடுகள் இருப்பது நியாயமானதே. ஆயினும், இவற்றின் இலக்கிய முக்கியத்துவத்தை யாரும் மறுக்க முடியாது.

நான் மேலே குறிப்பிட்ட இரண்டு பிரிவுகளிலும் அடங்கும் காவியங்கள் நவீன தமிழ்க்காவிய உலகின் இலக்கிய முதிர்ச்சியைக் காட்டுகின்றன. இவற்றுக்குச் சமதையான இலக்கிய மதிப்புடைய ஒரு காவியத்தை பாரதிதாசனோ அல்லது வேறு எந்தத் தமிழகத்துப் பிரபல கவிஞனோ படைக்கவில்லை என்பதை நாம் துணிந்து கூறலாம். அந்த வகையில் மஹாகவியும்முருகையனும் நவீன தமிழ்க்காவிய வடிவத்தை வளப்படுத்திய இரு பெரும் கவிஞர்கள் எனலாம். தேனருவி சஞ்சிகை யில் இருவரும் சேர்ந்து பரிசோதனை முயற்சியாக எழுதிய தகனமும் குறிப்பிடத்தகுந்த ஓர் நவீன காவியமாகும்.

எம்.ஏ. நுஃமான்

மல்லிகை, 1978, *திறனாய்வுக் கட்டுரைகள்,* 1985, அன்னம், சிவகங்கை.

பின்னணைப்பு VI

மஹாகவியின் காவியங்கள் பிரசுர விபரம்

1. கல்லழகி

எழுதப்பட்டது டிசம்பர் 1959. பிரசுதிக்கப்பட்ட பத்திரிகை விபரம் தெரியவில்லை.

2. சடங்கு

எழுதப்பட்டது 1961 இறுதியாக இருக்க வேண்டும். 1962 ஜனவரி முதல் தினகரனில் பத்துவாரங்கள் தொடர்ந்து பிரசுரிக்கப்பட்டது. 1974 ல் பாரிநிலையம் (சென்னை) வெளியிட்ட **மஹாகவியின் இரண்டு காவியங்கள்** நூலில் இடம் பெற்றது.

3. ஒரு சதாரண மனிதனது சரித்திரம்

எழுதப்பட்டது ஜூலை 1965. 1966 டிசம்பர் முதல் சுதந்திரனில் பத்து வாரங்கள் தொடர்ந்து பிரசுரிக்கப்பட்டது. 1971 ல் மஹாகவி நூல் வெளியீட்டுக் குழு இதனைத் தனிநூலாக வெளியிட்டது.

4. கண்மணியாள் காதை

எழுதப்பட்டது (கலட்டி என்ற பெயரில்) நவம்பர் 1966. 1967இல் விவேகியில் (அதே பெயரில்) 7 இதழ்களில் தொடர்ந்து பிரசுரிக்கப் பட்டது. 1968 ல் யாழ்ப்பாணம் அன்னை வெளியீட்டகம் திருத்தப் பட்ட பிரதியை முதலில் நூலாக வெளியிட்டது.

5. கந்தப்ப சபதம்

எழுதப்பட்டது 1967. 1968 பிப்ரவரி 27 முதல் ஈழநாடு வார இதழில் பத்துவாரங்கள் தொடர்ந்து பிரசுரிக்கப்பட்டது. 1974ல் பாரிநிலையம் வெளியிட்ட மஹாகவியின் இரண்டு காவியங்கள் நூலில் இடம் பெற்றது.

6. தகனம்

1962 ல் முருகையனுடன் இணைந்து எழுதப்பட்டது. அதே ஆண்டு தேனருவி சஞ்சிகையில் 5 இதழ்களில் தொடர்ந்து பிரசுரிக்கப்பட்டது.

●

இதுவரையில் வெளிவந்த மஹாகவியின் நூல்கள்

வள்ளி (1955)
குறும்பா (1966)
கண்மணியாள் காதை (1968)
கோடை (1970)
ஒரு சாதாரண மனிதனது சரித்திரம் (1971)
வீடும் வெளியும் (1973)
இரண்டு காவியங்கள் (1974)
மஹாகவி கவிதைகள் (1984)
புதியதொரு வீடு (1989)
மஹாகவியின் ஆறு காவியங்கள் (2000)
மஹாகவியின் மூன்று நாடகங்கள் (2000)